அணு ஆற்றல்

அறிவியல், தொழில்நுட்பம், அரசியல்

ப.கு.ராஜன்

2 | ப.கு.ராஜன்

ANU AATRAL: ARIVIYAL, THOZHILNUTPAM, ARACIYAL (In Tamil)

P.K. RAJAN

First Edition: December, 2012

Published by

BHARATHI PUTHAKALAYAM

421, Anna Salai, Teynampet, Chennai - 600 018
Email: thamizhbooks@gmail.com
www.thamizhbooks.com

அணு ஆற்றல்: அறிவியல், தொழில்நுட்பம், அரசியல்

ப.கு. ராஜன்
முதல் பதிப்பு: டிசம்பர், 2012

வெளியீடு:

421, அண்ணாசாலை, தேனாம்பேட்டை, சென்னை - 600 018
தொலைபேசி : 044-24332424,   24332924,

விற்பனை நிலையம்

7, இளாங்கோ சாலை, தேனாம்பேட்டை, சென்னை - 600 018

திருவல்லிக்கேணி: 48, தேரடி தெரு | **வடபழனி** பஸ்நிலையம் அருகில், ஆனந்தபவன் மாடி
பெரம்பூர்: 52, கூக்ஸ் ரோடு | **ஈரோடு:** 39, ஸ்டேட் பாங்க் சாலை,
திண்டுக்கல்: 3சி18, எல்.பி.ஜி. காம்பவுண்ட் | **நாகை: 1,** ஆரியபத்திரபிள்ளை தெரு
திருப்பூர்: 447, அவினாசி சாலை | **திருவாளூர்:** 35, நேதாஜி சாலை
சேலம்: 36/1 அத்வைத ஆஸ்ரமம் சாலை | **மயிலாடுதுறை:** 147, பட்டமங்கலத் தெரு
அருப்புக்கோட்டை: 31, அகமுடையார் மகால் | **புதுக்கோட்டை:** வடக்கு ராஜா வீதி
மதுரை: 37A, பெரியார் பேருந்து நிலையம் | **மதுரை:** சர்வோதயா மெயின்ரோடு,
மகடூப்பாளையம் | **குன்னூர்:** N.K.N வணிகவளாகம் பெட்போர்ட்
செங்கற்பட்டு:1 டி., ஜி.எஸ்.டி சாலை | **விழுப்புரம்:** 26/1, பவானி தெரு
திருநெல்வேலி: 25A, ராஜேந்திரநகர் முதல் தெரு, | **விருதுநகர்:** 131, கச்சேரி சாலை
கும்பகோணம்: 352, பச்சையப்பன் தெரு | **வேலூர்:** S.P. Plaza 264, பேஸ் II ,
சத்துவாச்சாரி **நெய்வேலி:** பேருந்து நிலையம் அருகில், சிஐஐயு அலுவலகம்
தஞ்சாவூர்: காந்திஜி வணிக வளாகம் காந்திஜி சாலை | **தேனி:** 12,பி, மீனாட்சி அம்மாள் சந்து,
இடமால் தெரு | **கடலூர்:** பாரதி பஜார், பழைய அண்ணா மேம்பாலம்
நாகர்கோவில்: கேவ் தெரு, டோத்தி பள்ளி ஜங்ஷன்
கோவை: 77, மசக்காளிபாளையம் ரோடு, பீளமேடு | **திருச்சி:** வெண்மணி இல்லம், களூர்
புறவழிச்சாலை | **திருவண்ணாமலை:** முத்தம்மாள் நகர், ITI opp. வேங்கிக்கால்

அச்சு : பிரிண்டெக், சென்னை - 5

சூடங்குளம் அணுமின்நிலையம் தமிழ்க் கருத்துப் பரப்பில் பரவலான அலைகளை ஏற்படுத்தியுள்ளது. ஒளி அலைகளைக் காட்டிலும் ஒலி மற்றும் உணர்வலைகள் அதிகம். தமிழக மக்களின் எல்லா மட்டங்களையும் தொடும் ஒரு பிரச்சனை; இயல்பிலேயே சிக்கலான அறிவியல் தொழில்நுட்பத்தை தன்னகத்தே கொண்டது. அதனால் விவாதங்கள் பல்வேறு மட்டங்களில் பல்வேறு அளவிலான பொருட் தெளிவுடன் நடப்பது இயற்கையே. சமீபத்தில் நிகழ்ந்த ஃபுக்குஷிமா விபத்து அணு உலைகளின் பாதுகாப்பு குறித்த நியாயமான கேள்விகளை எழுப்பியுள்ளது; மக்களின் கவனத்தையும் கூர்மையாக்கியுள்ளது. அத்தோடு இதற்கு முன் நிகழ்ந்த 'மூன்றுமைல்' தீவு மற்றும் செர்னோபில் விபத்துகள் குறித்த நினைவுகளையும் மீண்டும் கவனத்திற்கு கொண்டு வந்துள்ளது. மறுபுறம் தமிழகத்தில் தற்போது நிலவும் கடும் மின்வெட்டு அணுமின் திட்டங்கள் குறித்த விவாதங்களில் ஒரு முக்கியமான பங்கை வகிக்கின்றது. இந்த இரண்டும் விவாதிக்கப்பட வேண்டிய அம்சங்கள்தாம். இத்தோடு இணைத்து விவாதிக்கப்பட வேண்டிய வேறு இரு அம்சங்கள் இருக்கின்றன. ஒன்று காங்கிரஸ் மற்றும் பி.ஜே.பி அரசுகள் 1991 ஆம் ஆண்டிலிருந்து மிகவும் அதிக தீவிரமாக பின்பற்றத் துவங்கியுள்ள தாராள மயமாக்கல், தனியார் மயமாக்கல் மற்றும் உலக மயமாக்கல் கோட்பாடுகள். மற்றது மன்மோகன் சிங்கின் அரசு அமெரிக்காவோடு செய்துகொண்ட 123 ஒப்பந்தம். இந்த இரண்டும் பெருமளவுக்குப் பேசப்படவில்லை. இவை அனைத்தையும் இணைத்துப் பார்ப்பதற்கு முயற்சிப்போம்.

இருகண்பார்வை

இது போன்ற ஒரு நவீன அறிவியல் தொடர்பான பிரச்சனையை அணுகும்போது நமக்கு இருகண் பார்வை வேண்டும். ஒன்று நமது அணுகல் அறிவியல் பூர்வமானதாக இருக்க வேண்டும். இரண்டாவது பரந்துபட்ட மக்கள் நலன் என்பதை கணக்கில் கொள்ள வேண்டும். இங்கு மக்கள் என குறிக்கும்போது அது சாதாரண உழைப்பாளி மக்களைத்தான். அறிவியல் கருத்துகள் நமது முன்தீர்மான நிலைப்பாட்டிற்கு எதிராக இருக்கும் போது 'தாவாரம் இல்லை; தனக்கொரு வீடில்லை தேவாரம் ஏதுக்கடி? குதம்பாய், தேவாரம் ஏதுக்கடி? என்ற ரீதியில் அறிவியலையே பயனற்றது என்பது போல வெட்டி வேதாந்தம் பேசுவது; வசதி எனும்போது 'அணை இன்னும்

நூறு ஆண்டுகளுக்கு உடையாது என அறிவியல் வல்லுநர்கள் பொறியாளர்கள் சொல்லுவதைக் கேளுங்கள்' என ஊருக்கு உபதேசிப்பது என்பதாக இருக்கக் கூடாது. குடைக் கம்பியை வைத்துக் குத்திப் பார்த்து அணை பலமில்லை எனச் சொல்லும்போது அவர் மலையாளி; அதே 'குடைக்கம்பி குத்தலில்' அவர் அணு உலை பாதுகாப்பற்றது எனச் சொல்லும்போது மக்கள் தலைவர் எனும் நிலை அறிவியல் பூர்வமானதாக இருக்க முடியாது. மறு புறத்திலும் இது உண்டு. 50 ஆண்டுகளுக்கு மேலாகியும் 3 சதவீதமா எனும்போது இது நீண்டகால நோக்கிலான திட்டம் என்பது; பாதுகாப்பு குறித்த வினா எழும்போது அடுத்த கோடையின் மின்தட்டுப்பாட்டை தீர்க்கப்போவது போல பேசி உடனடி பஞ்சத்திற்கு பின்னர் அனைத்தையும் மறைக்கப் பார்ப்பது, என்றெல்லாம் சொல்லிக் கொண்டே போகலாம். விருப்பு வெறுப்பற்று அறிவியல் பூர்வமாக அணுகுதல் அவசியம். அத்தோடு பெருவாரியான உழைக்கும் மக்களுக்கு சாதகமா என்பதையும் நுணுகி நோக்க வேண்டும். மக்கள் நலன் எனும் நல்லெண்ணம் மட்டும் இருந்தால் போதாது. நரகத்திற்கு செல்லும் சாலைகள் எல்லாம் நல்லெண்ணம் எனும் தார் கொண்டு போடப்பட்டதுதான் (All roads to hell are paved with good intention), என ஒரு ஆங்கிலச் சொல்வழக்கு உள்ளது. மக்கள் பற்றி கிஞ்சித்தும் கவலைப்படாத வலதுசாரி தார் கொண்டு போடப்பட்டு நரகத்திற்கு இட்டுச்செல்லும் சாலைகள் குறித்து அதிகம் சொல்ல வேண்டியதில்லை. இப்போதும் அவைதாம் அதிகம். ஆனால் அதி தீவிர இடதுசாரி தார் கொண்டு போடப்பட்டு நரகத்திற்கு இட்டுச் சென்ற சாலைகளும் உள்ளன என்பதை வரலாறு காட்டுகின்றது. அப்படி இல்லாமல் இருகண் பார்வையுடன் நோக்கும் போது என்ன தெரிகின்றது எனப் பார்ப்போம்.

மின்னாற்றல் தேவை

ஆற்றல் என்பது நவீன மனித வாழ்க்கைக்கு உணவு போல. அதிலும் மின்சாரம் குறித்துக் கேட்கவே வேண்டாம். இருப்பதில் சூழலுக்கு குறைவான மாசு ஏற்படுத்துவது, ஒரிடத்திலிருந்து மற்றோரு இடத்திற்கு விநியோகிக்க ஏற்றது, சிக்கனமான பயன்பாட்டிற்கு வழிவகுப்பது எனப் பல சொல்லலாம். எனவேதான் மாமேதை லெனின் அவர்களே அனைத்து மக்களுக்கும் சோவியத்தும் மின்சாரமும் எனப் பறைசாற்றினார். ஆனால் இன்று நிலைமை என்ன? அடுத்து வரும் வரைபடம் மனித வள மேம்பாட்டு புள்ளிக்கும் சராசரி மின்நுகர்வுக்கும் உள்ள உறவைக் காட்டுகின்றது. இது பங்கா எனும் இயற்பியல் வல்லுநரால் முன்மொழியப்பட்டு பின் ஐ.நா வின் UNDP (ஐக்கிய நாடுகள் சபையின் மேம்பாட்டுத் திட்டம்) போன்ற அமைப்புகளால் சரியென ஏற்றுக் கொள்ளப்பட்டு

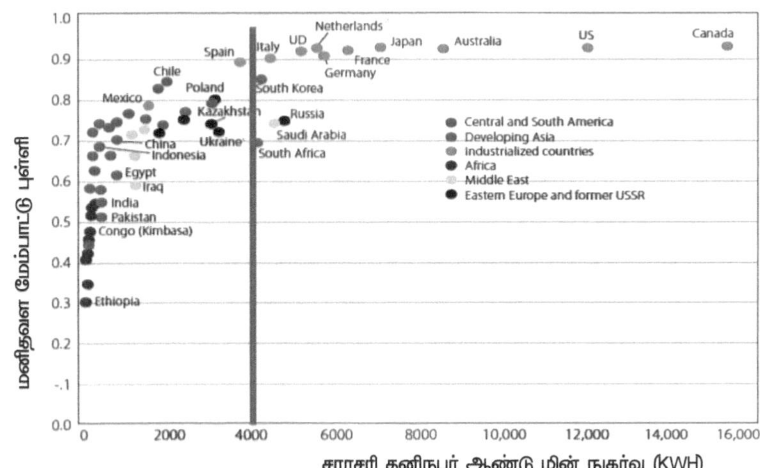

எடுத்தாளப் படுவதாகும். இதில் புரிந்துகொள்ள இயலாத கம்ப சூத்திரம் ஏதுமில்லை. இன்றைய நாகரிக வாழ்க்கைக்கு ஒரு குறைந்தபட்ச மின்சார நுகர்வு என்பது அவசியம். ஆனால் இந்திய மக்களின் நுகர்வு உலக சராசரி நுகர்வில் பாதிதான். சீனாவின் நுகர்வில் மூன்றில் இரு மடங்குதான். ஐநாவின் UNDP அமைப்பே ஒரு குறைந்த பட்ச நுகர்வைக் கூறுகின்றது அதில் இந்தியாவின் இன்றைய நுகர்வு ஆறில் ஒரு பகுதிதான். இன்றைக்கும் நாட்டில் சுமார் 8 கோடி வீடுகள் மின்னிணைப்பு இல்லாமல் இருக்கின்றன. அதாவது சுமார் 40 கோடி பேர் வீட்டில் மின்னிணைப்பு என்பதே இல்லாமல்தான் உள்ளனர்.

இந்தியாவின் ஆற்றல் அடர்த்தி என்பதும் மிகவும் குறைவாகத்தான் உள்ளது. அதாவது இந்தியாவின் மொத்த உள்நாட்டு உற்பத்தி (GDP) வளர்ச்சியில், ஒரு டாலர் வளர்ச்சிக்கு இந்தியா செலவழிக்கும் ஆற்றல் என்பது பெரும்பாலான நாடுகளைவிட குறைவாகத்தான் உள்ளது. இந்தியா : 0.16 KG Oil Equivalent Dollar; இது அமெரிக்காவிற்கு 0.22; சீனாவிற்கு 0.23; ஜெர்மனி 0.17; உலக சராசரி 0.21 (1 KG of Oil Equivalent என்பது ஒரு கிலோ அதாவது சுமார் 0.8 லிட்டர் எண்ணெய் கொண்டு தயாரிக்கக் கூடிய ஆற்றல் அளவு; இது சுமார் 8 யூனிட் மின்சாரத்திற்கு சமன்.) இதனை இன்னும் குறைப்பது என்பது பெரிய அளவில் சாத்தியமில்லை. எனவே இந்தியாவின் மின்தேவை பலமடங்கு அதிகரிப்பது என்பதைத் தவிர்க்க முடியாது. இன்றைக்கு இருக்கக் கூடிய சுமார் 8 சதவீத பொருளாதார வளர்ச்சி (GDP growth rate) தொடர்ந்து இருக்க வேண்டுமென்றால் இந்தியா 2031 ஆம் ஆண்டிற்குள் சுமார் 8,00,000 மெகாவாட் அளவிற்கு உற்பத்திதிறன் கொண்ட மின்நிலையங்களைக் கொண்டிருக்க

வேண்டும். அதாவது இனி வரும் 20 ஆண்டுகளில் ஆண்டு ஒன்றுக்கு சுமார் 30000 மெகாவாட் அளவிற்கு புதிய மின்நிலையங்களை நிறுவ வேண்டும். இவை மத்திய அரசின் திட்டக் குழுவின் ஆற்றலுக்கான வல்லுனர் குழு கூறும் புள்ளிவிவரங்கள்

GDP எனும் புள்ளிவிவர முறைபாடு குறித்து விமர்சனங்கள் இருந்தாலும் இதனைக் காட்டிலும் துல்லியமான வேறு முறை இல்லை.

Year	Billion kWh				Projected Peak Demand (GW)		Installed Capacity Required (GW)	
	Total Energy Requirement		Energy Required at Bus Bar		@ GDP Growth Rate		@ GDP Growth Rate	
	@ GDP Growth Rate		@ GDP Growth Rate					
	8%	9%	8%	9%	8%	9%	8%	9%
2003-04	633	633	592	592	89	89	131	131
2006-07	761	774	712	724	107	109	153	155
2011-12	1097	1167	1026	1091	158	168	220	233
2016-17	1524	1687	1425	1577	226	250	306	337
2021-22	2118	2438	1980	2280	323	372	425	488
2026-27	2866	3423	2680	3201	437	522	575	685
2031-32	3880	4806	3628	4493	592	733	778	960

Table 2.7
Sources of Electricity Generation – One Possible Scenario

Year	Electricity Generation at Bus Bar (BkWh)		Hydro (BkWh)	Nuclear (BkWh)	Rene-wables (BkWh)	Thermal Energy (BkWh)		Fuel Needs					
								Coal (Mt)		NG (BCM)		Oil* (Mt)	
	8%	9%				8%	9%	8%	9%	8%	9%	8%	9%
2003-04	592	592	74	17	3	498	498	318	318	11	11	6	6
2006-07	711	724	87	39	8	577	590	337	379	12	14	6	6
2011-12	1026	1091	139	64	11	812	877	463	521	19	21	8	8
2016-17	1425	1577	204	118	14	1089	1241	603	678	33	37	9	10
2021-22	1981	2280	270	172	18	1521	1820	832	936	52	59	12	12
2026-27	2680	3201	335	274	21	2050	2571	1109	1248	77	87	14	15
2031-32	3628	4493	401	375	24	2828	3693	1475	1659	119	134	17	20

*includes secondary oil consumption for coal-based generation

திரு. கிரித் பாரிக் எனும் மதிக்கத்தக்க ஆளுமையின் தலைமையில் இயங்கிய இந்த வல்லுனர் குழு இந்த அளவிலான மின்னுற்பத்தியை எந்த வழிகளில் நிறைவேற்றுவது என்பது குறித்தும் தனது நீண்ட அறிக்கையில் விளக்கியுள்ளது. அது எந்தவொரு அம்சத்தையும் விட்டுவிடவில்லை. இந்தியாவில் உற்பத்தி, விநியோகம் பகிர்மானம் மற்றும் பயன்பாடு ஆகியவற்றில் உள்ள திறனின்மை எல்லோரும் அறிந்ததுதான். இவற்றை சரி செய்வது, அதன் மூலம் எந்த அளவு தேவையைக் குறைக்க முடியும் என்பதையும் கூட இந்த வல்லுனர் குழு அறிக்கை கணக்கில் எடுத்துள்ளது. எனவே 2031 ஆம் ஆண்டு இந்தியாவின் உற்பத்தி சுமார் 8,00,000 மெகாவாட்டாக இருக்க வேண்டும் என்பது சரிதான். அதே வல்லுனர் குழு இன்று எந்த எந்த வகையில் எந்த அளவு மின்சாரம் உற்பத்தி செய்யப்படுகின்றது என்பதையும் விவரித்துள்ளது. அதன்படி சுமார் 79% மின்சாரம் நிலக்கரி அல்லது லிக்னைட் கொண்டுதான் உற்பத்தி செய்யப்படுகின்றது. புனல் மின்நிலையங்கள் சுமார் 14% மின்னுற்பத்தி செய்கின்றன. புதியவகையில் சூரிய ஒளி, காற்றாலை, உயிர்க் கூளம் ஆகியவற்றின் மூலம் மீளுற்பத்தி முறையில் சுமார் 1.1% உற்பத்தி செய்யப்படுகின்றது. இவை போக அணு ஆற்றல் மூலம் சுமார் 6% மின்னுற்பத்தி செய்யப்படுகின்றது எனக் கணக்கிட்டுள்ளது. இதே நிபுணர் குழு 2031 ஆம் ஆண்டு மின்னுற்பத்தி வேவ்வேறு முறைகளில் எந்த அளவு இருக்கும் என கணக்கிட்டுக் கூறியுள்ளது. அப்போதும் கூட சுமார் 82.2 % நிலக்கரி, லிக்னைட், எரிவாயு போன்ற படிம எரிபொருட்கள் மூலம்தான் உற்பத்தி செய்யப்படும் என்பது அவர்களின் கணிப்பு. சுமார் 8.3 % மின்னுற்பத்தி அணு ஆற்றல் மூலம்நடைபெறும் என்பது இவர்களது எதிர்பார்ப்பு.அதாவது அரசு கட்ட நினைத்துள்ள அணுமின் நிலையங்கள் எல்லாம் திட்டப்படி கட்டி முடிக்கப்பட்டாலும் அணு ஆற்றலின் பங்கு சுமார் 8.3% என்ற அளவில்தான் இருக்கும். புனல் மின்நிலையங்கள் மற்றும் மீளுறுவாக்க மின்னிலையங்கள் மீதமுள்ள 9.5%. இதில் மீளுருவாக்க மின்நிலையங்களின் பங்கு வெறும் 0.5 % தான்.

ஏன் இப்படி?புனல்மின்நிலையங்களையும் மீளுருவாக்க மின்நிலையங்களையும் அதிகரிப்பதில் என்ன பிரச்சனைகள் உள்ளன? என்பதையும் அதற்குள்ள வரம்புகள் என்ன? என்பதையும் முதலில் பார்ப்போம். பிறகு ஏனைய வழிமுறைகளில் உள்ள வாய்ப்புகள் வரம்புகள் குறித்தும் பார்ப்போம்.

புனல் மின்நிலையங்கள்

இந்தியாவின் தேசிய புனல் மின் ஆற்றல் நிறுவனத்தின் (NHPC) புள்ளி விவரங்களின் சாரம் கீழே உள்ளது.

- *சாத்தியப்பாடு:* 1,48.701 MW @ 60% PLF : 84,000 MW
- *சிறு, குறு, மிகக்குறு புனல்மின்நிலையங்கள்* : 6780 MW
- *நீரேற்ற மின்நிலையங்களையும் சேர்த்து* : 94,000 MW
  (@ above PLF)
- *நிறுவப்பட்டுள்ள நிலைய உற்பத்திதிறன்* : 32,326 MW
- *இருப்பு (மொத்த உற்பத்தி திறனில் சுமார்)* : 19.9%
- *சராசரி ஆண்டு உற்பத்தி (2002-2005)* : 29%
  (http://www.nhpcindia.com/English/Scripts/Hydro_Potential.aspx)

ஆற்றுப்பகுதி : உற்பத்திசாத்தியம்

சிந்துநதி வடிகால்	: 33,832	MW
கங்கைநதி வடிகால்	: 20,711	MW
மத்திய இந்தியநதிகளின் வடிகால்கள்	: 4,152	MW
மேற்காகபாயும் தென்னகநதிகள்	: 9,430	MW
கிழக்கேபாயும் தென்னகநதிகள்	: 14,511	MW
பிரம்மபுத்திரா வடிகால்	: 66,065	MW

இதில்

ஆற்றோட்ட நிலையங்கள்
(பெரியஅணை தேவையில்லை) : 31,000 MW
நீர்த்தேக்க நிலையங்கள் : 29,000 MW

Source : http://www.nhpcindia.com/English/Scripts/Hydro_Potential.aspx

ஒரு 1 கிலோவாட் நிலையம் அமைக்கப்படுகின்றது என்று வைத்துக் கொள்வோம் அது ஒரு மணிநேரம் இயங்கினால் உற்பத்தி செய்யப்படும் மின்னாற்றல் ஒரு கிலோவாட்அவர் (1 Kilowatt Hour: 1 KWhr) அதாவது ஒரு யூனிட். 24 மணிநேரம் இயங்கினால் 24 யூனிட் உற்பத்தி ஆகும். ஆண்டின் 365 நாளும் உற்பத்தியில் ஈடுபட்டால் 8760 யூனிட்டுகள் மின்னாற்றல் உற்பத்தி நடக்கும். ஆனால் உற்பத்தி இப்படி முழு அளவில் எங்கும் நடைபெறுவது இல்லை. நிறுவப்பட்ட மின்நிலையம் அனல்மின்நிலையம் என்றால் ஓராண்டில் 8760 யூனிட்டுகளுக்குப் பதிலாக சுமார் 7008 யூனிட்டுகள் உற்பத்தி செய்யும் அதாவது 80%. இதுதான் நிலையப் பயன்பாட்டு சதவீதம் (Plant Load Factor : PLF).

இந்தியாவில் புனல் மின்னுற்பத்திக்கு இருக்கும் வாய்ப்பு வசதிகளில் சுமார் 20% தான் வசப்படுத்தப்பட்டுள்ளது. இதனை எந்த அளவு அதிகரிக்க முடியுமோ அந்த அளவு அதிகரிக்க வேண்டும் என்பதில் யாருக்கும் இருகருத்துகள் இருக்கவியலாது. ஆனால் இதிலும் பிரச்சனைகள் இல்லாமல் இல்லை. புனல்

மின்னுற்பத்திக்கு இருக்கும் சாத்தியங்களில் கணிசமான அளவு இந்தியாவின் வடகிழக்குப் பகுதிகளில் உள்ளது. இங்கு உள்கட்டுமான மற்றும் கட்டமைப்பு வசதிகள் குறித்த பிரச்சனைகள் உள்ளன. இருக்கும் வாய்ப்புகளில் சுமார் 50% பெரிய அணைகள் நீர்த்தேக்கங்கள் இல்லாமல் இயற்கையாக உள்ள நிலவியல் ரீதியான உயர்வு தாழ்வுகளைப் பயன்படுத்தி உற்பத்தி செய்யக்கூடியது. இதில் பிரச்சனைகள் குறைவு. ஆனால் மீதமுள்ள சுமார் 50%, அணைக்கட்டுகளும் நீர்த்தேக்கங்களும் இல்லாமல் சாத்தியமில்லை. இது பல்வேறு சூழலியல் பிரச்சனைகளைக் கொண்டுள்ளது. நிலம் நீர் கொள்ளல் பெரும் பிரச்சனை. மூழ்கக்கூடிய இடங்களில் காலங்காலமாக வசித்துவரும் மக்களின் மறு குடியமர்விப்பு ஒரு பெரும் பிரச்சனைதான். இந்த விவகாரங்களில் அரசுகளின் கடந்தகால வரலாறு சிறிதும் நம்பிக்கை அளிப்பதாக இல்லை. பாதிக்கப்படும் மக்களில் பெரும்பான்மை ஆதிவாசிகளும் ஏனைய ஒடுக்கப்பட்ட மக்களும்தான் என்பதும் கவனத்தில் கொள்ள வேண்டிய அம்சம். வடகிழக்குப் பகுதியிலேயே இப்படி என்றால் சிந்து கங்கைச் சமவெளிப்பகுதியில் புனல் மின்நிலையங்களுக்கு அணைகள் இல்லாமல் சாத்தியமில்லை எனலாம். எனவே பிரச்சனைகள் அதிகம். கூடங்குளத்தில் மக்கள் போராடிக் கொண்டிருக்கும் அதே வேளையில் நர்மதாவிலும் ஏனைய அது போன்ற திட்டங்களிலும் பாதிப்புக்கு ஆளாகப் போகும் மக்கள் பெரிய அளவிலோ அல்லது சிறிய அளவிலோ போராடிக்கொண்டுதான் இருக்கின்றனர். இருந்தாலும் இதற்கெல்லாம் நடுவில் எந்த அளவு சாத்தியமோ அந்த அளவு புனல் மின்னுற்பத்திக்கு அரசு வழிவகை செய்ய வேண்டும். ஆனால் இது இந்தியாவின் தேவையில் ஒரு சிறு பகுதியைத்தான் நிறைவு செய்யும்.

புனல் மின்நிலையங்களின் உற்பத்தி என்பது நீர்வரத்தைப் பொறுத்தது என்பதால் என்னதான் வற்றாத ஜீவநதிகள் எல்லாம் இருந்தாலும் நீர்வரத்து குறைவது வேறுவேறு நதிகளில் வேறு வேறு அளவுகளில் நடை பெறுகின்றது. இந்தியாவில் புனல் மின்நிலையங்களின் நிலையப் பயன்பாட்டு சதவீதம், பி.எல்.எஃப் சுமார் 30% தான். இதனை பெரிய அளவில் உயர்த்துவது சாத்தியம் இல்லை. இதனையும் கணக்கீட்டில் எடுத்துக் கொள்ள வேண்டும்.

காற்றாலை மின்நிலையங்கள்

காற்றாலை மின்நிலையங்கள் ஒரு நல்ல மீளுற்பத்தி முறை. இதற்கு இந்தியாவில் உள்ள வாய்ப்புகள் எவ்வளவு என்பதை அடுத்து வரும் வரைபடம் காட்டுகின்றது. அமெரிக்காவிலும் ஐரோப்பாவிலும் உள்ள சாத்தியங்களைக் காட்டிலும் இந்தியாவில் உள்ள சாத்தியங்கள் குறைவுதான்.

ஏனென்றால் காற்றின் வேகம் ஒரு குறிப்பிட்ட அளவிற்காவது (5மீ/வினாடி) இருந்தால்தான் மின்னுற்பத்தி சாத்தியம். ஆற்றல் உற்பத்தி காற்றின் வேகத்தின் மூன்றாம் வர்க்கத்திற்கு நேர்விகிதத்தில் இருக்கும். காற்றின் வேகம் ஒரு அளவிற்கு மேலாக (12மீ/வினாடி) இருந்தாலும் அதனால் பயன் இல்லை. இந்த விதமான காற்று வளம் ஆண்டில் ஒரு குறைந்தபட்ச நாட்களுக்காவது இருந்தால்தான் அங்கு காற்றாலை நிறுவுவது சாத்தியம். அவ்வாறு உற்பத்தி செய்யக் கூடிய சாத்தியம் இந்தியாவில் சுமார் 48,000 மெகாவாட் அளவில் உள்ளது. ஆனால் இன்று இதில் பெரும்பகுதி கைவசப்படுத்தப் படவில்லை. தமிழகத்தில் சுமார் 6,000 மெகாவாட் அளவிற்கு காற்றாலைகள் நிறுவப்பட்டுள்ளன.

ஏனைய மாநிலங்கள் எல்லாம் சேர்ந்து சுமார் 12000 மெகா வாட் அளவில்தான் நிறுவியுள்ளன. கர்நாடகா, ஆந்திரா, குஜராத், ராஜஸ்தான் ஆகிய மாநிலங்களில் உள்ள வாய்ப்புகளில் மிகச்சிறுபகுதிதான் பயன்பாட்டிற்கு வந்துள்ளது. இவையெல்லாம் அதிகரிக்கப்பட வேண்டும். ஆனால் காற்று ஒரு இயற்கை நிகழ்வு. எனவே அது எல்லா காலங்களிலும் ஒன்று போல இருப்பதில்லை.

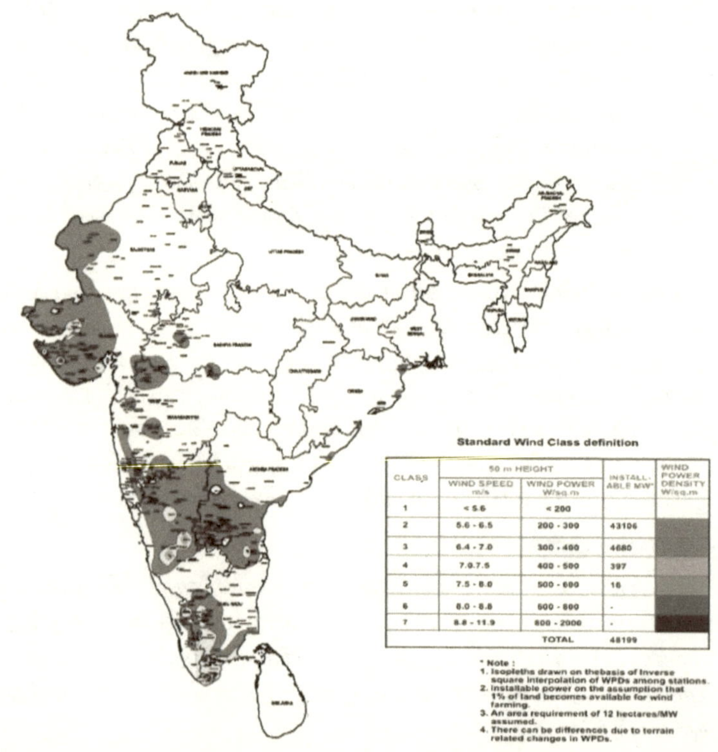

Standard Wind Class definition

| CLASS | 50 m HEIGHT | | INSTALL-ABLE MW* | WIND POWER DENSITY W/sq.m |
	WIND SPEED m/s	WIND POWER W/sq.m		
1	< 5.6	< 200		
2	5.6 - 6.5	200 - 300	43106	
3	6.4 - 7.0	300 - 400	4680	
4	7.0-7.5	400 - 500	397	
5	7.5 - 8.0	500 - 600	16	
6	8.0 - 8.8	600 - 800	-	
7	8.8 - 11.9	800 - 2000	-	
		TOTAL	48199	

* Note :
1. Isopleths drawn on thebasis of Inverse square interpolation of WPDs among stations.
2. Installable power on the assumption that 1% of land becomes available for wind farming.
3. An area requirement of 12 hectares/MW assumed.
4. There can be differences due to terrain related changes in WPDs.

நிறுவப்படும் நிலையங்களின் ஆண்டு நிலைய பயன்பாட்டு சதவீதம் (Plant Load Factor - PLF) என்பது சுமார் 17% தான். இதனை பெரிய அளவில் உயர்த்துவதற்கு வழியில்லை. அனல்மின்நிலையங்களின் நிலைய பயன்பாடு சதவீதம் 80-90% கூட இருக்கலாம்.

சூரிய மின்னுற்பத்தி

இந்தியாவைப் போன்ற வானிலை நிலவும் நாட்டில் சூரிய மின்னுற்பத்தி செய்ய குறிப்பிட்ட அளவில் சாத்தியங்கள் இருக்கின்றன. இது வளர்ச்சி அடைந்துவரும் ஒரு அறிவியல் தொழில்நுட்பம் என்றுதான் கூற வேண்டும். சூரிய மின்னுற்பத்தியில் இரு வகைகள் இருக்கின்றன. ஒன்று சூரிய அனல்ஆற்றல் மின்னிலையங்கள்; மற்றொரு வகை சூரியஒளி மின்தகைவு மின்நிலையங்கள்.

சூரியஅனல் ஆற்றல் மின்நிலையம்

இவ்வகையில் சூரியனின் அனல் ஆற்றலைப் பயன்படுத்தி உப்புநீர் (Braine) சூடேற்றப்படுகின்றது. நல்லநீர் 100 டிகிரி சென்டிகிரேடில் நீராவியாக மாறிவிடும் என்பதால் உப்புநீர். அது இன்னும் அதிக வெப்பத்திலும் அதிக அழுத்தத்திலும் வெப்பமடைந்த உப்பு நீராகவே இருக்கும். எனவே சேமித்து வைப்பதும் பயன்பாட்டிற்கு கொண்டு வருவதும் எளிது. இந்த அதிவெப்ப உப்புநீர் கொண்டு சாதாரண நீர் வெப்பமூட்டப்பட்டு நீராவி உருவாக்கப்பட்டு, பின் நீராவி டர்பைன் மூலம் அனல் மின்நிலையங்களில் போலவே மின்சாரம் உற்பத்தி செய்யப்படுகின்றது. இது போன்ற மின்நிலையங்கள் அமைப்பதற்கான இடம் ஆண்டின் பெரும் பகுதியில் சூரிய ஒளி இருப்பதாக மேக மூட்டம் இல்லாமல், காற்றின் ஈரப்பதம் குறைவானதாக, மனிதர்கள், விலங்குகள், மரங்கள் இல்லாத பகுதியாக சுருக்கமாக வறண்ட பாலைவனமாக இருக்க வேண்டும். அத்தகைய இடம் இந்தியாவில் ராஜஸ்தான் மாநிலத்தின் பெரும்பகுதியாக இருக்கின்ற தார் பாலைவனம் மட்டும்தான். ஆனால் உலகின் மக்கள் நெருக்கம் அதிகம் உள்ள பாலைவனம் தார் பாலைவனம்தான். எனவே தார் பாலைவனம் முழுவதையும் சூரிய மின்னுற்பத்தி நிலையமாக மாற்றிவிடலாம் என்பது போன்ற கருத்துகள் தவறு. இரண்டாவது மின்நிலையத் திறன். இதுவரை உலகில் அமைக்கப்பட்டுள்ள இந்தவகை மின்நிலையங்களில் இருப்பதிலேயே பெரிய மின்நிலையம் அமெரிக்காவின் கலிஃபோர்னியா மாநிலத்தின் மொஜாவே பாலைவனத்தில் அமைக்கப்பட்டுள்ளதுதான். இதில் உள்ள 8 மின்நிலையங்களும் சேர்ந்து உற்பத்தி செய்யும் திறன் சுமார் 360 மெகாவாட் தான். இருப்பதில் மிகப்பெரிய யூனிட் 80 மெகாவாட் தான். எனவே இந்த வகையான மின்நிலையத்திற்கு

குறுகலான வரம்புகள் உள்ளன. மேலும் சூரியன் உள்ள பகல்பொழுதில் மட்டுமே ஆற்றல் உற்பத்தி நடக்கவியலும். எனவே இவற்றின் ஆண்டு நிலையப் பயன்பாட்டு சதவீதம் குறைவு. இது சுமார் 11% என்ற அளவில்தான் இருக்கின்றது. இந்தவகை மின்நிலையங்கள் அமைக்கப்படுவதற்கான செலவும் அதிகம். அனல் மின்நிலையம் அமைப்பதற்கு 1 மெகாவாட்டுக்கு சுமார் 4 4.5 கோடி செலவாகும் என்றால் சூரிய அனல்மின்நிலையத்திற்கு 1 மெகாவாட்டிற்கு சுமார் 23 கோடி செலவாகின்றது. தொழில்நுட்பம் வளர்ச்சி அடைந்து வருகின்றது. ஆனால் உடனடியாக பெரும் மாற்றத்திற்கான சாத்தியப்பாடுகள் இல்லை. முடிந்த மட்டும் பயன்படுத்த வேண்டும் என்பதில் மாற்றமில்லை.

சூரிய ஒளி ஆற்றல் மின் நிலையம்

இந்தவகை மின்நிலையத்தில் சூரியனின் ஒளிஆற்றல் மூலம் நேரடியாக மின்னாற்றல் உற்பத்தி செய்யப்படுகின்றது. ஒளிமின் தகடுகளில் ஒளிமின் தகைவு மூலம் நேரடியாக ஒளிஆற்றல் மின்னாற்றலாக மாற்றப்படுகின்றது. இந்தவகை உற்பத்தி இந்தியாவின் பெரும்பாலான பகுதிகளில் சாத்தியம். இந்தியா போன்ற வெப்பநாடுகளில் இதுபோன்ற மின்னிலையங்கள் அமைப்பதற்கு ஏதுவான வானிலை உள்ளதாக ஒரு தவறான நம்பிக்கை உள்ளது. உண்மையில் ஐரோப்பாவில் சில பகுதிகளில் நிலவக்கூடிய தெளிந்த குளிர்கால வானிலை என்பதே ஏற்றது. இந்திய வானிலையில் திறன் குறைவான உற்பத்தியே சாத்தியம். மேலும் சூரியஒளி நன்றாக இருக்கும்போதுதான் உற்பத்தி சாத்தியம் என்பதால் இங்கும் சுமார் 11% நிலையப் பயன்பாட்டு சதவீதம்தான் சாத்தியம். இன்றைய அளவில் இதற்கான செலவும் 1 மெகாவாட்டுக்கு சுமார் 18-19 கோடி என்ற அளவில்தான் உள்ளது. 50 மெகாவாட் என்றால் அது மிகப்பெரிய மின்நிலையம் என்ற அளவில்தான் தொழில்நுட்ப முன்னேற்றம் உள்ளது. தொழில்நுட்பம் துரித கதியில் வளர்ந்து வருகின்றது. கட்டுமானச் செலவு குறைந்து வருகின்றது. எதிர்காலத்தில் இது மிக முக்கியமான ஆற்றல் மூலமாக மாறலாம். அரசு இந்தத் துறையில் ஆய்வுகளுக்கும் தொழில்நுட்ப முன்னேற்றங்களுக்கும் நிதிஉதவி செய்து ஆதரிக்கவேண்டும். ஆனால் இந்தியாவின் உடனடித் தேவையான 2031 இல் 8,00,000 மெகாவாட் எனும் இலக்கில் ஒரு சிறிய பங்கையே இது ஆற்ற முடியும்.

அனல்மின்நிலையங்கள்

அனல் மின்நிலையங்கள்தாம் இன்றைய இந்தியாவின் மின் தேவையின் மிகப் பெரும்பகுதியை நிறைவேற்றி வருகின்றன. இனி வரும் உடனடி எதிர்காலத்திலும் அதுதான் தொடரப்போகும் நிலை.

அனல் மின் நிலையங்களில் நிலக்கரி, லிக்னைட் அல்லது எரிவாயுவின் மூலம் அனல்ஆற்றல் உற்பத்தி செய்யப்படுகின்றது. பின் அதனைப் பயன்படுத்தி நீராவியை உருவாக்கி நீராவி டர்பைன்களை ஓட்டி அதன்மூலம் மின்சாரம் உற்பத்தி செய்யப்படுகின்றது. லிக்னைட் தமிழகத்தின் நெய்வேலி தவிர ராஜஸ்தானில் சிறு அளவு கிடைக்கின்றது. நிலக்கரிதான் முதன்மையானது. நிலக்கரி கணிசமான அளவில் ஆந்திரா, ஒடிசா, ஜார்கண்ட், பீகார், மேற்கு வங்கம், சத்தீஸ்கர், ம.பிரதேசம் ஆகிய மாநிலங்களில் கிடைக்கின்றது. எரிவாயு பாம்பே ஹை எனப்படும் அரபிக்கடல் வயல்களிலும் கிருஷ்ணா-கோதாவரி, காவேரி வடிகால் பகுதிகளிலும் கிடைக்கின்றது. ஆனால் எரிவாயுவிற்கு உரத்தயாரிப்பு போன்ற வேறு பயன்பாடுகளும் இருக்கின்றன. எனவே கிடைப்பதனைத்தையும் மின்னுற்பத்திக்கு மட்டும் பயன்படுத்துவது இயலாது. நிலக்கரி, எண்ணெய் எரிவாயுத் துறையில் அரசின் மக்கள்விரோதக் கொள்கைகள் தனியே விவாதிக்க வேண்டியவை. அரசின் நடவடிக்கைகள் பெரும்பகுதி மக்களின் நலனுக்கு ஏற்ப நாட்டின் ஆற்றல் பாதுகாப்பு எனும் நோக்கில் இல்லை. அது ஒருசில பெருமுதலாளிகளின் லாபப் பாதுகாப்பு எனும் நோக்கில்தான் உள்ளது.

ஆனாலும் இந்தப் படிம எரிபொருட்களையே இன்னும் பல ஆண்டுகளுக்கு நாம் மிகவும் நம்பி இருக்க வேண்டியுள்ளது. இதில் மூன்று பிரச்சனைகள் உள்ளன. மூன்றும் மிக முக்கியமான பிரச்சனைகள்தான். முதலாவது சூழல்மாசுபடுதல். உலகில் வெளியேற்றப்படும் கரியமிலவாயு எனப்படும் கார்பன்டை ஆக்சைடில் பெரும்பகுதி அனல்மின் நிலையங்கள் வெளியேற்றுவதுதான். இதனோடு சல்பர் டை ஆக்சைடு, நைட்ரஸ் ஆக்சைடு ஆகிய அமிலமழை பொழியச்செய்யும் வாயுக்களும் வெளியிடப்படுகின்றன. இதனால் ஏற்படும் பாதிப்புகள் மிகவும் மோசமான அளவுகளில் உருவாகி வருகின்றன. புவி வெப்பமூட்டல் மிகவும் அபாயகரமான அளவுகளை நெருங்கி வருகின்றது. வானிலை மாற்றங்கள், குளறுபடிகள் நடக்கின்றன. இது குறித்து தனியேதான் எழுத வேண்டும். இருபது ஆண்டுகளுக்கு முன்பு நிர்ணயிக்கப்பட்ட கரியமில வாயு குறித்த இலக்குகளை எந்த ஒரு பெரியநாடும் சட்டை செய்யவில்லை என்பதே ரியோ+20 மாநாட்டின்போது தெரிய வந்துள்ளது. இரண்டாவதாக அனல்மின் நிலையங்கள் ஒவ்வொரு ஆண்டும் வெளியே உமிழும் சாம்பல் மற்றும் கனத்த உலோகங்களின் அளவும் மிகப்பெரும் பிரச்சனைதான். கனத்த உலகோகங்களில் கதிர்வீச்சு உள்ள தனிமங்களும் இருக்கின்றன.

மூன்றாவது நிலக்கரி, லிக்னைட் எரிவாயு போன்ற படிம எரிபொருள்கள் நிரந்தரமில்லை. இந்திய அரசின் திட்டக்குழுவே நிச்சயமான (Proven) இந்திய நிலக்கரி கையிருப்பு இன்னும் 86 ஆண்டுகளுக்கு மட்டுமே உள்ளது எனக் கூறுகின்றது. இருப்பதாகக் கருதப்படும் கையிருப்பையெல்லாம் கணக்கில் கொண்டால் 147-186 ஆண்டுகளுக்கு வரும் என்று கூறுகின்றது.

அதுவும் இன்றைய நிலக்கரி உற்பத்தி மற்றும் நுகர்வு இப்படியே தொடர்ந்தால் மட்டுமே 86 ஆண்டுகள். ஆனால் ஆண்டு தோறும் நுகர்வு 5.5% அதிகரித்து வருகின்றது. அதனைக் கணக்கிலெடுத்துக் கொண்டால் இன்னும் 65 ஆண்டுகளில் இந்தியாவின் கையிருப்பு தீர்ந்துவிடும்.

உலக கையிருப்பு இன்றைய அளவில் இன்னும் 180 ஆண்டுகளுக்கு வரும் எனப் புள்ளி விவரங்கள் கூறுகின்றன. இன்றைய அளவில் உற்பத்தியும் நுகர்வும் தொடர்ந்தால்தான் இந்தக் கணக்கு. ஆனால் உலகஅளவிலும் உற்பத்தியும் நுகர்வும் அதிகரித்தே வருகின்றது. இத்தோடு நாம் வேறு ஒரு அம்சத்தையும் இணைத்துப் பார்க்க வேண்டும் அது சீனாவின் கையிருப்பு. அது இன்னும் 19 ஆண்டுகளில் தீர்ந்துவிடும். அதன்பின் சீனா சர்வதேச சந்தையில் நிலக்கரிக்கு அளிக்க முன்வரும் விலை இந்தியாவிற்கு பெரும் பிரச்சனையாக இருக்கும். இந்தியாவும் இன்று எண்ணெய் எரிவாயுக்காகச் செலவழிப்பது போல நிலக்கரிக்காகவும் செலவழிக்க வேண்டி வரும்.

இந்தியாவின் படிம எரிபொருள் கையிருப்பு

India's Hydrocarbon Reserves

Resources	Unit	Proved	Inferred	Indicated	Production in 2004-05	Net Imports in 2004-05	Reserve/ Production Ratio	
		(P)	(I)		(Q)	(M)	P/Q	(P+I)/Q
Coal (as on 1.1.2005)	Mtoe	38114	48007	15497				
Extractable Coal**	Mtoe	13489	9600-15650		157	16	86	147-186
Lignite (as on 1.1.2005)	Mtoe	1220	3652	5772				
Extractable Lignite	Mtoe	1220			9	-	136	136
Oil (2005)	Mt	786*	-	-	34	87	23	23
Gas (2005)	Mtoe	1101*	-	-	29	3 (LNG)	38	38
Coal Bed Methane	Mtoe	765	-	1260-2340				
In-situ Coal Gasification***		?	?					

(திட்டக்குழு இணைய தளம்)

நிலக்கரி 2010ல் நிச்சயமான கையிருப்பு

(Coal: Proved Reserves at end 2010)

Million tonnes R/P	Anthracite and bituminus	Sub-bituminous and lignite	Total	Share of Total	ratio
US	108501	128794	237295	27.6%	241
Rest of North America	4334	3459	7793	0.9%	
Total North America	112835	132253	245088	28.5%	231
Total S. & Cent. America	6890	5618	12508	1.5%	148
Germany	99	40600	40699	4.7%	223
Kazakhstan	21500	12100	33600	3.9%	303
Russian Federation	49088	107922	157010	18.2%	495
Ukraine	15351	18522	33873	3.9%	462
United Kingdom	228	-	228	w	13
Rest of Europe & Eurasia	6724	32470	39194	4.6%	
Total Europe & Eurasia	92990	211614	304604	35.4%	257
South Africa	30156	-	30156	3.5%	119
Rest of Middle East & Africa	2565	174	2739	0.3%	
Total Middle East & Africa	32721	174	32895	3.8%	127
Australia	37100	39300	76400	8.9%	180
China	62200	52300	114500	13.3%	35
India	56100	4500	60600	7.0%	106
Rest of Asia Pacific	3926	10417	14343	1.7%	
Total Asia Pacific	159326	106517	265843	30.9%	57
Total World	404762	456176	860938	100.0%	118
* More than 500 years.		◆Less than 0.05%.			

எண்ணெய் எரிவாயு விசயத்திலும் நிலை இதுதான். இந்தியாவின் எண்ணெய் கையிருப்பு சுமார் 30 ஆண்டுகளும் எரிவாயுக் கையிருப்பு சுமார் 25 ஆண்டுகளும்தான் வரும். ஆனால் சீனாவின் கையிருப்பான எண்ணெய்யும் எரிவாயும் முறையே சுமார் 10-29 ஆண்டுகளில் பெரிதும் தீர்ந்து விடும்.

எண்ணெய்: கையிருப்பு Oil: Proved reserves	at end 2000 Thousand		at end 2010 Thousand	
	million barrels	million barrels	Share of total	R/P ratio
US	30.4	30.9	2.2%	11.3
Canada	18.3	32.1	2.3%	26.3
Mexico	20.2	11.4	0.8%	10.6
Total North America	68.9	74.3	5.4%	14.8
Venezuela	76.8	211.2	15.3%	*
Rest of S & Cent America	21.1	28.3	2.0%	-
Total S. & Cent. America	97.9	239.4	17.3%	93.9
Kazakhstan	25.0	39.8	2.9%	62.1
Russian Federation	59.0	77.4	5.6%	20.6
Rest of Europe & Eurasia	23.9	22.4	1.6%	-
Total Europe & Eurasia	107.9	139.7	10.1%	21.7
Iran	99.5	137.0	9.9%	88.4
Iraq	112.5	115.0	8.3%	*
Kuwait	96.5	101.5	7.3%	*
Oman	5.8	5.5	0.4%	17.4
Qatar	16.9	25.9	1.9%	45.2
Saudi Arabia	262.8	264.5	19.1%	72.4
Syria	2.3	2.5	0.2%	17.8
United Arab Emirates	97.8	97.8	7.1%	94.1
Yemen	2.4	2.7	0.2%	27.7
Other Middle East	0.2	0.1	w	9.3
Total Middle East	696.7	752.5	54.4%	81.9
Total Africa	93.4	132.1	9.5%	35.8
Australia	4.9	4.1	0.3%	19.9
China	15.2	14.8	1.1%	9.9
India	5.3	9.0	0.7%	30.0
Rest of Asia Pacific	14.7	17.2	1.2%	-
Total Asia Pacific	40.1	45.2	3.3%	14.8
Rest of Asia Pacific	14.7	17.2	1.2%	-
Total World	1104.9	1383.2	100.0%	46.2

* More than 100 years.

எரிவாயு கையிருப்பு Natural gas: Proved Reserves	at end 2000 Trillion		at end 2010 Trillion	
	cubic metres	cubic metres	Share of total	R/P ratio
US	5.0	7.7	4.1%	12.6
Rest of North America	2.5	2.2	1.2%	
Total North America	7.5	9.9	5.3%	12.0
Venezuela	4.2	5.5	2.9%	*
Rest of S.&Cent. America	2.7	2.0	1.0%	
Total S. & Cent. America	6.9	7.4	4.0%	45.9
Kazakhstan	1.8	1.8	1.0%	54.9
Russian Federation	42.3	44.8	23.9%	76.0
Turkmenistan	2.6	8.0	4.3%	*
Rest of Europe & Eurasia	9.3	8.4	4.5%	
Total Europe & Eurasia	55.9	63.1	33.7%	60.5
Iran	26.0	29.6	15.8%	*
Iraq	3.1	3.2	1.7%	*
Qatar	14.4	25.3	13.5%	*
Saudi Arabia	6.3	8.0	4.3%	95.5
United Arab Emirates	6.0	6.0	3.2%	*
Rest of Middle East	3.3	3.7	2.0%	
Total Middle East	59.1	75.8	40.5%	*
Total Africa	12.5	14.7	7.9%	70.5
Australia	2.2	2.9	1.6%	58.0
China	1.4	2.8	1.5%	29.0
India	0.8	1.5	0.8%	28.5
Indonesia	2.7	3.1	1.6%	37.4
Rest of Asia Pacific	5.3	5.9	3.2%	
Total Asia Pacific	12.3	16.2	8.7%	32.8
Total World	154.3	187.1	100.0%	58.6

* More than 100 years.

(source : BP Statistical Report of World Energy 2011)

இதுவும் கூட இன்றைய அளவில் நுகர்வு தொடரும் என்றால்தான். ஆனால் இந்தியாவில் ஆண்டுதோறும் சாலைக்கு வரும் இரண்டு சக்கர வாகனங்கள் சுமார்15%, நாலுசக்கர வாகனங்கள் 8% என்ற அளவில் பெருகிக்கொண்டு இருக்கின்றன. சீனாவில் இந்த வளர்ச்சி

இன்னும் அதிகம். எனவே கூடிய விரைவில் எண்ணெய் எரிவாயு, நிலக்கரி ஆகியவற்றுக்காக இந்தியாவும் சீனாவும் இன்னும் அவை கையிருப்பில்லாத ஜப்பான், கொரியா ஆகியவையும் சர்வதேச சந்தையில் அல்லாடி திண்டாடி நிற்கும் நிலைதான் காத்திருக்கின்றது. அதனைத் தாண்டி படிம எரிபொருள் கையிருப்பு பெருமளவில் இல்லாது தீர்ந்துபோகும் நிலைக்கு வெகுகாலம் பிடிக்கப் போவதில்லை. எண்ணெய் எரிவாயு கையிருப்பு தீர்ந்துபோகும் கட்டத்தில் அல்லது அருகிப்போன கட்டத்தில் அதற்கு உடனடி மாற்று மின்னாற்றல்தான். எனவே இந்தியா உட்பட எல்லா நாடுகளிலும் மின்சாரத்திற்கான தேவை திடீரென்று பலமடங்கு உயரும். இன்று எண்ணெய்க்கும் எரிவாயுக்கும் நடக்கும் போர்கள் நிலக்கரிக்கு நடந்தால் வியப்பில்லை.

இந்தியாவிலேயே நிலக்கரிச் சுரங்கங்கள் அமைப்பது என்பது சுற்றுச் சூழல், மக்கள் இடப்பெயர்வு போன்ற பல காரணங்களால் மேன்மேலும் சிரமமானதாகவே மாறிவருகின்றது. இன்றைக்கு இருக்கும் பிரச்சனைகள் இன்னும் பலமடங்கு அதிகமாகும் என்பதுதான் எதார்த்தம். எனவே இன்னும் 30 ஆண்டுகளுக்குப் பிறகு நமது தேவைக்கு என்ன செய்யப்போகிறோம் என்பதுதான் கேள்வி. அதை அப்போது பார்த்துக் கொள்ளலாம் என்பவர்களோடு உரையாட ஏதுமில்லை. படிம எரிபொருள்களின் பங்கை இட்டு நிரப்பும் நிலையில் வேறு எந்த ஆற்றல் மூலமும் இன்றைக்கு கண்ணில் தென்படவில்லை. இது இன்று நேற்று வந்த திடீர் பிரச்சனை அல்ல. இது இந்திய விடுதலைக்குப் பிறகு அன்றைய பிரதமர் நேரு அவர்கள் காலத்திலேயே உணரப்பட்டதே. அதற்கு ஒரு மாற்றாகத்தான் இந்திய அணுஆற்றல் துறை உதயமானது. இந்த இடத்தில் மற்றநாடுகளின் நிலை என்ன என்பதையும் சற்று நினைவில்கொள்ள வேண்டும். மேலேயுள்ள அட்டவணையில் அமெரிக்காவின் நிலை என்ன என்பதையோ அல்லது ஜெர்மனியின் நிலை என்ன என்பதையோ பார்த்தால் ஆற்றல் மூலங்களின் பற்றாக்குறை என்பது யாருக்கு முதலில் பிரச்சனையாக உருவாகும் என்பது எளிதில் விளங்கும். அமெரிக்கா, ஜெர்மனி மற்றும் ஏனைய முன்னேறிய நாடுகளுக்கு இது உடனடி பிரச்சனை அல்ல. இந்தியா, சீனா, ஜப்பான் கொரியா ஆகிய நாடுகளுக்குத்தான் இது முதலில் வரப்போகும் பிரச்சனை. அமெரிக்காவையும் ஜெர்மனியையும் பார்த்து இந்தியாவும் சீனாவும் சூடு போட்டுக்கொள்ளும் பூனைகளாக ஆக முடியாது. சீனா இதனை நன்கு உணர்ந்துள்ளது. இந்திய அரசுக்கும் இது தெரியும்.ஆனால் அந்த விளக்கத்திற்குள் அதிகம் செல்லாதது ஏனென்று சற்றுப் பின்னர் காண்போம்.

மூன்று கட்ட அணு ஆற்றல் திட்டம்

மூன்றுகட்ட அணு ஆற்றல் திட்டம் நேருவின் தற்சார்பு மற்றும் ஹோமி பாபாவின் ஆற்றல் பாதுகாப்பு எனும் இரு கோட்பாடுகளின் இணைவு ஆகும். எதிர்கால உலகில் ஆற்றல் மூலங்கள் அரசியல், பொருளாதாரம், சமூகம் என சகலவற்றையும் பாதிக்கும் ஒரு அம்சமாக இருக்கும் என்பதை உணர்ந்திருந்த நேரு, ஹோமிபாபா ஆகியோர் தலைமையில் அன்றைய அரசு வடிவமைத்த திட்டமே மூன்று கட்ட அணு ஆற்றல் திட்டம். இதன்படி முதல் கட்டத்தில் யுரேனியத்தைப் பயன்படுத்தும் அணு உலைகள் அமைக்கப்படும். தாராப்பூரில் அமைக்கப்பட்ட அமெரிக்காவின் G.E நிறுவனத்தின் கொதிநீர் அணுஉலை ஆக இருந்தாலும் கனடா நாட்டின் உதவியோடு அமைக்கப்பட்ட கனநீர் இயற்கை யுரேனியம் பயன்படுத்தும் PHWR எனப்படும் அணு உலைகளாக இருந்தாலும் (கல்பாக்கத்தில் உள்ளது போன்ற) கூடங்குளத்தில் நிறுவப்படும் நீர் + செரிவூட்டப்பட்ட யுரேனிய எரிபொருள் PWR ஆக இருந்தாலும் இவையெல்லாம் முதல்கட்ட அணுஉலைகள்.

முதல்கட்ட அணுஉலையில் இருந்து வெளிவரும் புளுட்டோனியத்தையும் இயற்கை யுரேனியத்தையும் பயன்படுத்தி வடிவமைக்கப்படும் அதிவேக ஈனுலை (Fast Breeder Reactor) என்பது இரண்டாம் கட்டம். இந்தியா கடந்த பல ஆண்டுகளாக ஒரு பரீட்சார்த்த அணுஉலையை கல்பாக்கத்தில் இயக்கி வருகின்றது. FBTR (Fast Breeder Test Reactor) என அழைக்கப்படும் இந்த 38 மெகாவாட் திறனே உள்ள சிறிய அணு உலையின் மூலம் கற்ற பாடங்களின் அடிப்படையில் ஒரு மாதிரி வடிவமைப்பு அணுஉலை (PFBR - Prototype Fast Breeder Reactor) கட்டமைக்கப்பட்டு வருகின்றது. அந்த அணு உலையின் பாடங்களைக் கொண்டு பின் வணிக அளவில் பல அதிவேக ஈனுலைகள் நிறுவப்படும் திட்டம் உள்ளது. இவை இரண்டாம் கட்ட அணு உலைகள். இந்த இரண்டாம் கட்ட அணு உலைகளில் உள்ளீடு செய்யப்படும் அணுப்பிளவு தனிமத்தின் அளவைவிட அதிகமான அளவில் அணுப்பிளவுத் தனிமம் உற்பத்தி செய்யப்படும். அதனால்தான் அதற்கு ஈனுலை என்று பெயர். அத்தோடு மின்னாற்றலும் உற்பத்தி செய்யப்படும். கல்பாக்கத்தில் நிறுவப்படும் அணு மாதிரி அதிவேக ஈனுலை 500 மெகாவாட் திறன் கொண்டது.

மூன்றாம் கட்ட அணுஉலைகளில் இரண்டாம் கட்ட அணு உலைகளில் இருந்து கிடைக்கும் புளுட்டோனியமும் இந்தியாவில் ஏராளமாக கிடைக்கும் தோரியமும் பயன்படுத்தப்படும். இந்த மூன்றாம் கட்ட அணுஉலைகளில் மின்னாற்றல் உற்பத்தி

செய்யப்படுவதோடு அணுப்பிளவு யுரேனியம் தனிமழும் உற்பத்தி செய்யப்படும். இப்படிப்பட்ட மூன்றாம் கட்ட தோரியம் அணு உலைக்கான ஒரு வடிவமைப்பு இந்திய அணுஆற்றல் துறையால் தயாரிக்கப்பட்டு சர்வதேச அணுஆற்றல் முகமையின் (IAEA) ஒப்புதலுக்காக சமர்ப்பிக்கப்பட்டுள்ளது.

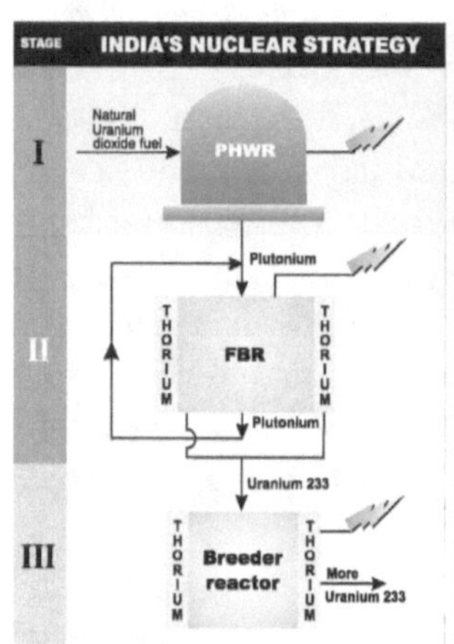

இந்த மூன்று கட்டங்களும் நடைமுறைக்கு வரும்போது இந்தியாவின் ஆற்றல் தேவையின் பெரும்பகுதி அல்லது மிகக் கணிசமான பகுதி இவற்றின் மூலம் நிறைவு செய்யப்படும். எனவே இந்த திட்டம் ஊன்றி நோக்கப்பட வேண்டியது. அதன் சாதக பாதகங்கள் ஒளிவு மறைவு இல்லாமல் விவாதிக்கப்பட வேண்டியது. இங்கும் மற்ற நாடுகளின் நிலைகுறித்து குறிப்பிட வேண்டும். இந்தியாவில் யுரேனியம் கையிருப்புக் குறைவு இப்போது திருத்தப்பட்ட கணக்கீடுகள் இருப்பது சுமார் 70000 டன் எனக் குறிப்பிடப்படுகின்றது. இது கணிசமான அளவு, ஆனால் முழுமையாகச் சார்ந்திருப்பதற்கு போதுமானதல்ல. இந்தியாவில் தோரியம் பெருமளவில் உள்ளது. அமெரிக்காவிற்கு யுரேனியம் பெரிய பிரச்சனை அல்ல. அமெரிக்காவிலிருக்கும் கையிருப்பே மிகவும் அதிகம். அதுபோக அமெரிக்காவின் செல்வாக்கு வளையத்தில் இருக்கும் நாடுகளான ஆஸ்திரேலியா போன்ற நாடுகளின் கையிருப்பும் அதற்கு கை கொடுக்கும். இது ஏனைய அமெரிக்காவின் கூட்டாளி நாடுகளான ஜெர்மனி போன்றவற்றுக்கும் பொருந்தும். எனவே மூன்றுகட்ட அணுஆற்றல் திட்டம் என்பதெல்லாம் அவர்களுக்குத் தேவையில்லாதது. ஆனால் ரஷ்யா, சீனா, இந்தியா ஆகியவற்றின் நிலை வேறு. மூன்றுகட்ட அணுஆற்றல் திட்டம் என்ற பெயரில் இல்லையே தவிர அதிவேக ஈனுலை, தோரியம்

உலை ஆகியவற்றில் ரஷ்யா, சீனா ஆகிய நாடுகளும் இப்போது அக்கறை காட்டி வருகின்றன என்பதையும் நாம் கணக்கில் கொள்ள வேண்டும்.

அணுப்பிளவு

நமது பூமியில் இயற்கையாக உள்ள தனிமங்கள் 92 ஆகும். இது ஹைட்ரஜனில் ஆரம்பித்து யுரேனியத்தில் முடிகின்றது. ஹைட்ரஜனின் அணு எண் : 1; யுரேனியத்தின் அணு எண் : 92. அணு எண் என்பது அணுக்கருவில் இருக்கும் புரோட்டான்களின் எண்ணிக்கையைக் குறிக்கின்றது. யுரேனியத்தின் அணுக்கருவில் 92 புரோட்டான்கள் உள்ளன. ஹைட்ரஜனின் அணுக்கருவில் ஒரு புரோட்டான் உள்ளது. ஒரு தனிமத்தின் அணு வேறொரு தனிமத்தோடு இணைவது பிரிவது போன்றவை வேதி வினைகள். இந்த வேதி வினைகள் அணுக்கருவைச் சுற்றி மேகம்போல பல அடுக்குகளில் உள்ள மின்னணுக்களால் தீர்மானிக்கப்படுகின்றன. அதுவும் குறிப்பாக அணுவின் வெளி அடுக்கில் உள்ள மின்னணுக்கள்தாம் பெரிதும் தீர்மானிக்கின்றன. இதுதவிர ஒரு வேதிவினையை அது நிகழும் சூழலின் வெப்பம், அழுத்தம் போன்ற பல காரணிகள் தீர்மானிக்கின்றன. ஒரு அணுவின் புரோட்டான்களின் எண்ணிக்கையும் மின்னணுக்களின் எண்ணிக்கையும் சமமாக இருக்கும். இந்த புரோட்டான், மின்னணு தவிர வேறு ஒரு அணு உட்துகளும் உள்ளது அது நியூட்ரான். நியூட்ரான்கள் அணுக்கருவில்தான் உள்ளன. நியூட்ரானின் எண்ணிக்கை தனிமத்தின் வேதிப்பண்பைத் தீர்மானிப்பதில்லை. அவை அணுக்கருவின் இயங்கு விதத்தை அல்லது அணுக்கரு வினையைத் தீர்மானிக்கின்றன. பூமியில் உள்ள பல தனிமங்களுக்கு ஓரகத் தனிமங்கள் (Isotopes) உள்ளன. அதாவது புரோட்டான்கள் மற்றும் மின்னணுக்கள் ஒரே எண்ணிக்கையில் இருக்கும் ஆனால் நியூட்ரான்கள் வேறு எண்ணிக்கையில் இருக்கும். நியூட்ரான்கள் வேதிப்பண்புகளைத் தீர்மானிப்பதில்லை என்பதால் ஓரகத் தனிமங்கள் ஒரேவிதமான வேதிப்பண்புகளைக் கொண்டிருக்கும் ஆனால் அவற்றின் அணுக்கரு வினைப் பண்புகள் வேறு வேறு விதமாக இருக்கும். இது ஒருபுறம்மறுபுறத்தில் எல்லாப் பெரும் தனிமங்களும் அதாவது அணு எண் 72 க்கு (அணு எண் 72 காரியம் எனும் லெட் LEAD) மேலுள்ள தனிமங்கள் எல்லாம் இயற்கையாக அணுப்பிளவு அடையக் கூடியவையே. அவற்றில் ஒரே ஒரு தனிமம், அதாவது யுரேனியத்தின் ஓரகத் தனிமம் மட்டும் நீடித்த அணுக்கரு பிளவுக்கு ஏற்றதாக இருக்கின்றது.

அதாவது அதன் அணுக்கருவை செயற்கையாக ஆக்சிலேட்ரான் எனும் கருவியில் பிரித்தெடுக்கப்பட்ட நியூட்ரான் கொண்டு

தாக்கினால் அது இரண்டு வேறு அணுக்களாகப் பிளவுறுகின்றது. அத்தோடு பெரும்அளவில் ஆற்றலையும் ஒன்றுக்கு மேற்பட்ட நியூட்ரான்களையும் வெளியேற்றுகின்றது. இவ்வாறு வெளியேறும் நியூட்ரான் அடுத்த அணுவின் அணுக்கருவினைத் தாக்கி அதனை பிளவுபடுத்தும். இவ்வாறு சங்கிலித் தொடர் போன்ற வினைகளை உருவாக்கும். இந்தப் பண்பு இயற்கையில் கிடைக்கும் தனிமங்களில் U235 எனக் குறிப்பிடப் படும் தனிமத்தில் மட்டுமே

சாத்தியம். U238 என்பது அணுப்பிளவுத் தனிமம் அல்ல. அதாவது அதனைப் பயன்படுத்தி தொடர்ச்சியான அணுக்கரு வினையை நிகழ்த்த இயலாது. இயற்கையில் கிடைக்கும் யுரேனியத்தின் மிகப்பெரும் பகுதி U238 எனப்படுவது. அதாவது அதன் அணுக்கருவில் உள்ள புரோட்டான்கள் நியூட்ரான்களின் எண்ணிக்கை 238 (புரோட்டான் 92 நியூட்ரான் 146). U235 யில் 92 புரோட்டான்களும் 143 நியூட்ரான்களும் இருக்கும். இயற்கையில் கிடைக்கும் யுரேனியத்தில் 99.3 % U238 தான் இருக்கின்றது; 0.7% தான் U235 உள்ளது. இந்தக் குறைவான U235 நீடித்த அணுக்கரு வினைக்குப் போதுமானது அல்ல. எனவே இந்த U235 யின் அளவு சுமார் 4% அளவிற்கு செயற்கையான முறையில் அதிகரிக்கப்படுகின்றது. இதுதான் செறிவூட்டல் எனப்படுகின்றது.அணு உலைகளில் பயன்படுத்தப்படுவதற்கு மட்டுமல்ல, அணு குண்டுகளைத் தயாரிக்கவும் இப்படி செறிவூட்டல் அவசியம். அணுகுண்டு தயாரிக்க 4 % செறிவூட்டல் போதாது. சுமார் 90% செறிவூட்டல் அவசியம்.

போகிற போக்கில் நாம் அறிய நேரும் ஒரு விசயத்தை மனதில் நிறுத்தவேண்டும். அணுஉலைகளில் உள்ள எரிபொருள் அணுகுண்டு போல வெடிப்பது சாத்தியமில்லை. ஆனால் அந்த ஒரு காரணத்தால் நிம்மதி அடைவதும் சாத்தியமில்லை. ஏனென்றால் சுமார் 400 அணு உலைகள் இருக்கும் இந்த உலகில் உள்ள அணு குண்டுகளின் எண்ணிக்கை சுமார் 12,000. அவை பேரழிவுக்காகவே வடிவமைக்கப்

பட்டவை. இந்தியாவிடமும் சுமார் 60 அணுகுண்டுகள் உள்ளன என்று கூறப்படுகின்றது. இவையெல்லாம் எங்கு உள்ளன? யாருக்குத் தெரியும்? தூத்துக்குடியில் இருக்கலாம்.

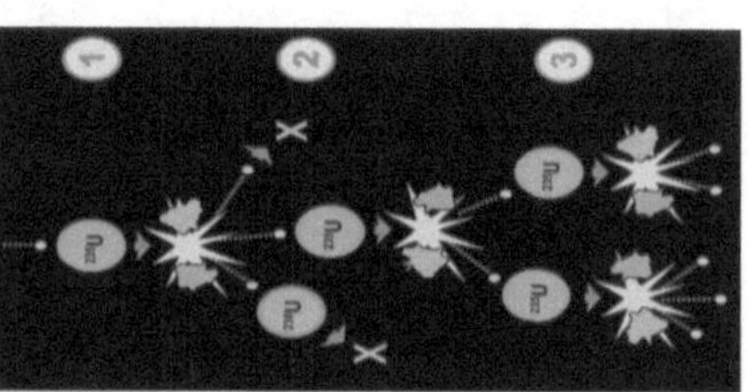

செ்னையில் இருக்கலாம். ஏன் கூடங்குளம் அருகேகூட இருக்கலாம். அணு ஆயுதம் தாங்கிய அணுஆற்றலால் இயங்கக்கூடிய நீர்மூழ்கிக் கப்பல்களே சுமார் 160 உள்ளன. இவை எல்லாக் கடல்களிலும் குறுக்கும் நெடுக்குமாக வளைய வந்துகொண்டிருக்கின்றன. இவற்றை பற்றி எல்லாம் பேசாது அணு உலைகளின் ஆபத்து குறித்து மட்டும் பேசுவது ஒரு அபத்த நாடகக் காட்சிதான்.

மட்டுறுத்துனர் (Moderator)

இப்படி அணுஉலையில் 4% செறிவூட்டப்பட்ட யுரேனியம் எரிபொருள் நியுட்ரான் கொண்டு தாக்கப்பட்டு நீடித்த சங்கிலித் தொடர் போன்ற வினைகள் உருவாக்கப்படுகின்றன. ஒவ்வொரு அணுப்பிளவின் போதும் பெரியஅளவில் அனல் ஆற்றல் உமிழப்படுகின்றது. இந்த அனல் ஆற்றல் உலையில் உள்ள நீரை சூடேற்றுகின்றது. இந்த சுடுநீர் அணு உலையை விட்டு ஒரு குழாயில் வெளியில் கொண்டுவரப்பட்டு அதன் வெப்ப ஆற்றல் ஒரு அனல்ஆற்றல் மாற்றியில் வேறு நீருக்கு பரிமாறப்படுகின்றது. இந்த இரண்டு நீரும் ஒன்றைஒன்று தொடாமல் ஒன்றில்ஒன்று கலக்காமல் இந்த அனல்ஆற்றல் பரிமாற்றம் நடைபெறுகின்றது.இது பலவிதமான வேறு தொழில்சாலைகளிலும் நடைமுறையில் உள்ளதுதான். அணுஉலையில் உள்ள நீர் வேறொரு பணியையும் செய்கின்றது. ஒரு அணுக்கரு பிளவடையும்போது வெளியேறும் நியுட்ரான் அதிவேகமானதாக இருக்கின்றது. அதன் ஆற்றலும் வேகமும் குறைக்கப் பட வேண்டும். அப்போதுதான் அது அடுத்த அணுவின் கருவில் போய்த்தங்கி அதனைப் பிளக்கும்.இல்லையென்றால் அது அடுத்த அணுவை ஊடுறுவிப் புறங்கண்டுவிடும்.அதாவது நீர் இல்லையென்றால் அணுப்பிளவு தொடர்ந்து நடக்காது. இது இயற்கையாக அணுஉலையில் உள்ள பாதுகாப்பு ஆகும். ஏனென்றால் அணுப்பிளவின் போது உருவாகும் அனல் ஆற்றலை உள்வாங்கும் நீர் இல்லையென்றால் அனல்ஆற்றல் கட்டுப்பாடற்று உயர்ந்து உலையையே உருக்கிவிடும். இதனால் நீர் மட்டுறுத்துனர் மற்றும் குளிர்விப்பான் எனும் இரு பணியையும் செய்கின்றது. நீரைத் தவிர கனநீர் போன்ற வேறு மட்டுறுத்துனரோடு இயங்கும் அணுஉலைகளும் உள்ளன. கூடங்குளம் மற்றும் ஜெய்த்தாப்பூர் அணுஉலைகள் நீரை மட்டுறுத்துனராகவும் குளிர்விப்பானாகவும் கொண்டு செயல்படும் உலைகள் என்பதால் இப்போதைக்கு அதனோடு நிறுத்திக் கொள்வோம்.

கட்டுறுத்துனர் (Control Rod)

எல்லா அணுஉலைகளும் உலையில் நடக்கும் சங்கிலித் தொடர் அணுக்கரு வினையை நிறுத்த அல்லது கட்டுப்படுத்த கட்டுறுத்துனர்

எனும் அமைப்பினையும் கொண்டிருக்கும். இது பேரியம் போரான் போன்ற தனிமங்களால் ஆன கம்பிகளாகும். இவை நியூட்ரானை உள்வாங்கும் திறன் கொண்டவையாகும். அணுப்பிளவில் வெளியேறும் நியூட்ரான்கள் தொடர்ந்து அடுத்தடுத்த யுரேனியம் அணுக்களைத் தாக்காமல் உட்கவரப்பட்டால் தொடர்வினை நின்று விடும்.

மின்னுற்பத்தி அமைப்பு

அடுத்துள்ள படம் கூடங்குளம் போன்ற இடங்களில் நிறுவப்படும் அணுமின் நிலையங்களின் முக்கியமான கட்டமைப்புகளைக் காட்டுகின்றது.

அணுஉலையில் தொடர் அணுக்கருப் பிளவின்போது வெளியாகும் அனல் ஆற்றல் அங்குள்ள மட்டுறுத்துனர்/குளிர்விப்பான் நீரால் உள்வாங்கப்பட்டு வெப்பமூட்டப்படுகின்றது. இங்கு நீரும் ஏனையவையும் அதிக அழுத்தத்தில் (அதாவது சுமார் 175 Kg/Cm2 : கடல் மட்டத்தின் காற்றழுத்தத்தைப்போல 175 மடங்கு.) இருக்கின்றது. எனவே சாதாரணமாக 100 டிகிரி சென்டிகிரேடில் நீராவியாக மாறும் நீர் இங்கு அதைவிட அதிகமான வெப்பநிலையிலும் நீராக இருக்கின்றது. இந்த நீர் அணுஉலைகளின் அருகில் உள்ள அனலாற்றல் பரிமாற்றிகளில் சுழற்சிக்கு வந்து சற்றுக் குறைவான அழுத்தத்தில் உள்ள நீரோடு அனலாற்றலை பரிமாறிப் பின் குளிர்ந்து மீண்டும் அணு உலைக்கு வந்து சேருகின்றது. அனலாற்றல் பரிமாற்றிகளில் மட்டுறுத்துனர்/குளிர்விப்பான் நீரின் அனல் ஆற்றலை உள்வாங்கி உருவாகும் நீராவி அங்கிருந்து நீராவி டர்பெனுக்குச் செலுத்தப்படுகின்றது. அங்கு நீராவியின் அனல் ஆற்றலும் இயங்கு ஆற்றலும் இயந்திர ஆற்றலாக மாற்றப்பட்டு டர்பைன் சுழற்றப்படுகின்றது. நீராவி டர்பெனுடன் இணைக்கப்பட்டுள்ள மின்சார ஜெனரேட்டரில் இயந்திர ஆற்றல் மின்னாற்றலாக மாற்றப்படுகின்றது. நீராவி உருவாக்குதல், நீராவி டர்பைன், மின்சார ஜெனரேட்டர் என்பவை எல்லாம் எல்லாவித அனல்மின் நிலையங்களுக்கும் பொதுவானதுதான்.இன்னும் சொல்லலாம் அணு உலையில் உள்ளே அழுத்தம் 175 KG/cm². ஆனால் இதனைக் காட்டிலும் அழுத்தம் அதிகமான உலைகள் எண்ணெய் சுத்திகரிப்பு ஆலை; உரஆலை போன்றவற்றில் இருக்கின்றன. எடுத்துக்காட்டாக யூரியா தயாரிக்கும் யூரியா உலையில் வேதிவினை நிகழும் அழுத்தம் 250 KG/cm². எனவே அணுக்கரு வினை, கதிர்வீச்சு என்பவை தவிர ஏனைய அம்சங்கள் ஏனைய தொழிற்சாலைகளில் உள்ளது போன்றவையே.

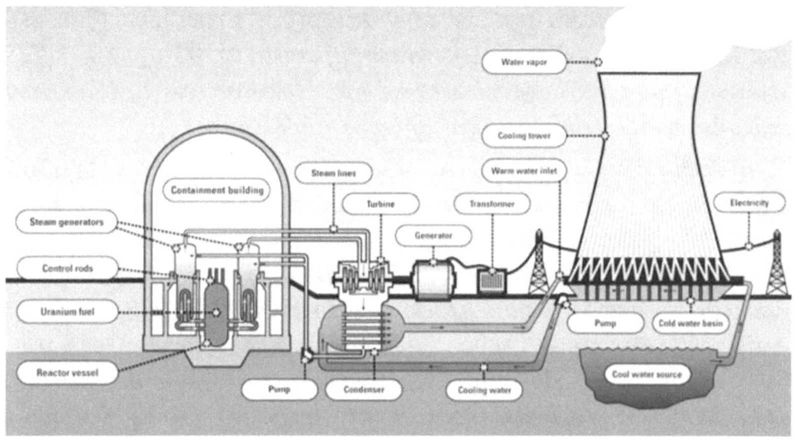

டர்பைனைச் சுழற்றுவதன் மூலம் தனது அனல் ஆற்றலையும் இயங்கு ஆற்றலையும் இழந்து சுடுநீராக மாறும் நீராவி வேறொரு அனலாற்றல் பரிமாற்றியில் குளிர்விப்பான் நீரோடு தன்னில் மிச்சமிருக்கும் அனல் ஆற்றலை பரிமாறி வெப்பம் குறைந்த நீராக மாறுகின்றது. பின் அணு உலையின் அனலாற்றல் மாற்றிக்கு வந்து சேர்ந்து மட்டுறுத்துனர்/குளிர்விப்பான நீரின் அனல்ஆற்றலை மீண்டும் உள்வாங்குகின்றது.

டர்பைனிலிருந்து வெளிவரும் ஆற்றல் இழந்த சுடுநீரை குளிர்விக்க கடல் நீர் பயன்படுத்தப் படுகின்றது. டர்பைனை அடுத்த அனலாற்றல் பறிமாற்றியில் வெப்பமடையும் கடல்நீர் குளிர்விப்புக் கோபுரத்தில் காற்றில் வெப்ப ஆற்றலைப் பரிமாறிக் குளிர்வடைந்து கடல் நீரைவிட சற்றே அதிகமான (7 டிகிரி செண்டிகிரேடு அதிகம்) வெப்பநிலையில் மீண்டும் கடலுக்குச் சென்று சேர்கிறது. இது போன்ற அமைப்பு அனல் மின்நிலையங்களிலும் உள்ளதுதான். தூத்துக்குடி, எண்ணூர் போன்ற இடங்களிலுள்ள அனல்மின் நிலையங்களில் இதுபோன்ற கடல்நீர் பயன்பாடு உள்ளது.

அணு உலையினில்...

அணுஉலையில் நடப்பவை அனைத்தையும் முழுமையாக விளக்குவதற்கு போதுமான இடமும் காலமும் தேவை. அதுமட்டுமல்லாது அதனை முழுமையாகப் புரிந்துகொள்ளவும் சில முன் தயாரிப்புகள் வாசிப்புகள் அவசியம். உலகின் சகல உண்மைகளையும் பொதுப்புத்தி கொண்டு மட்டும் அறிந்துகொள்ள முடியும் என்றால் அறிவியல் எனும் புலமே உருவாகி வளர்ந்திருக்காது அல்லவா. சந்தி பெருக்கும் சாத்திரம் கற்போம் என்றார் அல்லவா பாரதியார். எது ஒன்றையும் முழுமையாகப் புரிந்து கொள்ள அதனை

ஊன்றி முழுக் கவனத்துடன் கற்க வேண்டும். நாளிதழில், இணைய தளத்தில் எழுதப்படும் கட்டுரைகள் முறையான கற்றலுக்கு பதிலி அல்ல. ஆனால் நமது விவாதத்திற்கு தேவையான முக்கியமான அம்சங்களைப் பற்றி மட்டும் இங்கு பார்ப்போம்.

முன்னர் கண்டது போல உலையின் மையத்தில் யுரேனியம் எரிபொருள் கம்பிகள் உள்ளன. கூடங்குளம் போன்ற அணு உலையில் இந்த எரிபொருளில் சுமார் 96% யுரேனியம் 238 (U238) எனும் தனிமம். மீதமுள்ள 4 % யுரேனியம் 235 (U235) எனும் ஓரகத் தனிமம். முன்னரே கண்டதுபோல யுரேனியம் 238 அணுப்பிளவுத் தனிமம் (Fissile Material) அல்ல. அது பிளவு வளத்தனிமம் (Fertile Material). யுரேனியம் 235 தான் அணுப்பிளவுத் தனிமம். அதாவது யுரேனியம் 235 சங்கிலித் தொடரான அணுக்கரு பிளவு நிகழ்வுக்கு சாத்தியம் கொண்டது. யுரேனியம் 238 நியூட்ரானை உள்வாங்கும். ஆனால் உடனடியாக பிளவுறவோ அல்லது தொடர்பிளவை வகை செய்யவோ இயலாது. ஒரு யுரேனியம் 235 அணுக்கரு ஒரு வேகம் குறைந்த நியூட்ரானை உள்வாங்கி நிலையற்றதாக மாறுகின்றது. பின் அது இரண்டு சிறிய அணுக்களாக உடைபடுகின்றது. இரண்டு வேறு வேறு தனிமங்களின் அணுக்களோடு இரண்டு அல்லது மூன்று நியூட்ரான்களும் ஆற்றலும் வெளியாகின்றது. இந்த ஆற்றல்தான் குளிர்விப்பானால் உட்கொள்ளப்பட்டு பயன்படுத்தப்படுகின்றது.

யுரேனியம் அணுக்கரு இரண்டாகப் பிளவுறும்போது, அது வேவ்வேறு வகையில் பிளவுறலாம். எனவே குறிப்பிட்ட அளவு யுரேனியம் 235 பிளவுறும்போது எந்த எந்த தனிமம் எந்த சதவீதத்தில் பிளவுறும் என்பது ஒரு புள்ளிவிவரப் படம் மூலமே கூறப்படுகின்றது. ஒரு மாதிரிப் படம் இங்கே உள்ளது.

இதன்படி அணு எண் 72 லிருந்து 92 வரையிலான தனிமங்கள் வேறுவேறு சதவீதத்தில் உருவாகின்றன. இவை பிளவு உற்பத்திப் பொருட்கள் (Fission Products) எனப்படுகின்றன. யுரேனியம் 238 மற்றும் யுரேனியம் 235 இரண்டுமே இயற்கையிலேயே அணுப்பிளவு அடைந்து பிளவு உற்பத்திப் பொருட்களையும் கதிர் வீச்சையும் உருவாக்கக் கூடியவைதாம். ஆனால் இப்படி இயற்கையான முறையில் பிளவுருவதால் உருவாகும் கதிர்வீச்சு பாதிப்பு ஏற்படுத்தும் அளவுகளில் இருப்பதில்லை. அணுஉலையில் உருவாகும் பிளவு உற்பத்தி தனிமங்கள் பலவும் அணுப்பிளவு அடைந்து கதிர்வீச்சை உருவாக்கக் கூடியவையாக இருக்கின்றன. இவற்றில் சிலநீண்ட காலத்திற்கு மெல்ல மெல்ல கதிர்வீச்சை நிகழ்த்தும் தனிமங்கள்; சில குறைவான அரை வாழ்வுடன் மிக வேகமாக அணுப்பிளவு கதிர்வீச்சு ஆகியவற்றில் ஈடுபட்டு நிலைத்த தனிமங்களாக மாறுபவை. இந்த

பிளவு உற்பத்தித் தனிமங்கள் யாவும் எரிபொருள் துண்டங்களுக்குள்தான் இருக்கும். இந்த எரிபொருள் துண்டங்கள் எரிபொருள் கம்பியுனுள் இருக்கும். எனவே நிலையத்தின் செயல்பாட்டின்போது இவற்றால் அணுமின்நிலையத் தொழிலாளர்களுக்கோ அல்லது பொது மக்கள் பகுதியினருக்கோ ஏதும் பாதிப்பு இல்லை. எரிபொருள் துண்டங்கள் சிதைந்து உடைபட்டால் பிளவு உற்பத்திப் பொருட்கள் எரிபொருள் கம்பியுள்தான் இருக்கும். அப்போதும் பிரச்சனை பெரிதில்லை.

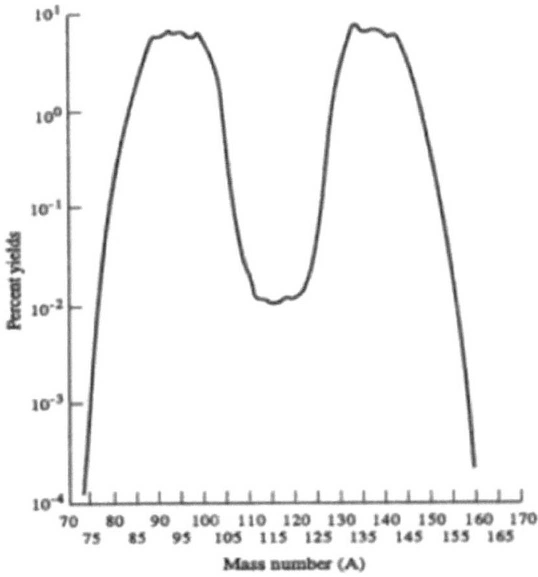

FIG. 6.3 Yield of fission products according to mass number (Courtesy of T. R. England of Los Alamos National Laboratory).

எரிபொருள் கம்பியிலேயே துளைகள் போன்றவை ஏற்பட்டு பழுதடைந்தால் இவை சுற்றியுள்ள நீருக்கு வந்து சேரும். இது தவிர மட்டுறுத்துனர்/குளிர்விப்பானில் உள்ள சில மாசுகள் போன்றவை நியுட்ரான் தாக்குதலால் கதிர்வீச்சுப் பொருளாக மாற வாய்ப்பு உள்ளது. குளிர்விப்பான் நீர் மிகவும் தூயதாகப் பராமரிக்கப் படுகின்றது. ஆனாலும் மாசு என்பதை 100% தவிர்ப்பது சாத்தியமல்ல. இவையும் மற்றும் நீரில் உள்ள ஆக்சிஜன், கட்டமைப்பு இரும்புப் பகுதிகள் முதலியவையும் எரிபொருள் கம்பிகளிலிருந்து வெளிவரும் நியுட்ரான்களால் தாக்கப்பட்டு கதிர்வீச்சுப் பொருளாக அதாவது முடுக்கம் பெற்ற பொருட்களாக (activation products) மாற்றம் அடைகின்றன. இவை அணுமின்நிலையத்தில் இருக்கும் முக்கியமான கதிர்வீச்சு மாசுப்பொருட்களில் அடங்கும்.

பிளவு உற்பத்திப் பொருட்களில் பலவும் முன்னர் கூறியபடி கதிர்வீச்சுப் பொருட்கள்தாம். இவற்றிலிருந்து வெளிவரும் கதிர்வீச்சு என்பதும் ஆபத்தானதும் சமாளிக்க வேண்டியதும்தான். ஆனால் இவை எல்லாம் அணு உலை எனும் மிகவும் தடித்த உலோகச் சுவர் கொண்ட கலனில் நடைபெறுகின்றன என்பதால் அணு மின்னிலைய பணியாளர்களுக்கோ அல்லது பொதுமக்கட் பகுதியினருக்கோ பாதிப்பு ஏதுமில்லை. மேலும் அணுஉலை என்டதே ஒரு காப்பரண் கட்டிடத்திற்குள் இருப்பதால் இவையெல்லாம் சாதாரணமாக அணு உலை இயக்கத்தின் போது பிரச்சனை இல்லை. அணுமின்னிலைய ஊழியர்களும் அணுஉலையைச் சுற்றியுள்ள பகுதிகளில் இருக்க வேண்டிய அவசியம் இல்லை. ஆனால் எரிபொருள் மாற்றத்தின் போது அவற்றைக் கையாள வேண்டும். எரிபொருள் மாற்றம் என்பது நீரின் பரப்பிற்குள் நடப்பது. அதற்குரிய முறையில் நடத்தினால் பாதகம் இல்லை. கதிர்வீச்சு என்பது மிகவும் கவனத்துடன் கையாளப்பட வேண்டியதுதான் என்பதால் அது குறித்து தனியாகப் பார்ப்போம்.

கதிர் வீச்சு

அணுக்கதிர் வீச்சில் நான்கு முக்கியமான வகைகள் இருக்கின்றன. அவை ஆல்ஃபா, பீட்டா, காமா மற்றும் நியூட்ரான் கதிர்வீச்சு. ஆல்ஃபா கதிர்வீச்சு என்பது உண்மையில் ஹீலியம் அணுக்கரு. இது நிறைமிகுந்தது. ஆற்றல் குறைவானது. காற்றில் சில அங்குலம் தூரம் மட்டுமே பயணிக்கக் கூடியது. பின் ஆற்றலை இழந்து வேறு பொருட்களால் உள்வாங்கப்பட்டு இல்லாது போகும். ஒரு மெல்லிய தாள் இதனைத் தடுத்து நிறுத்திவிடும். நாம் சாதாரணமாக அணியும் ஆடைகளைத் தாண்டி இவை உடலுக்குள் புகமுடியாது. நமது தோலைத் தாண்டியும் கூட உள்ளே நுழைய முடியாது. ஆனால் ஆல்ஃபா கதிர்வீச்சை உமிழும் பொருட்களை சுவாசம் அல்லது உணவு மூலம் உடலின் உள்ளே செலுத்தினால் அங்கு இது மிகவும் மோசமான விளைவுகளை ஏற்படுத்தும்.

பீட்டா கதிர்வீச்சு உண்மையில் மின்னணுக்களால் ஆனது. அணுக்கருவிற்கு வெளியே மேகம் போல சுற்றிவரும் மின்னணுக்கள் அல்ல. அவற்றுக்கு பெருமளவிலான ஆற்றல் இருப்பதில்லை. இவை அணுக்கருவிற்குள்ளே இருந்து, அணுக்கருவினை காரணமாக வெளிவரும் மின்னணுக்கள். இவை காற்றில் சில அடிகள் மட்டுமே பயணிக்கக் கூடிய ஆற்றல் உள்ளவை. ஒரு சில செ.மீ தடிமன் உள்ள காரீயத் தகடு இவற்றைத் தடுத்துவிடும். மனித உடலின் தோலில் சிறிதுதூரம் ஊடுறுவ முடியும். பெரும் பாதிப்பு ஏற்படுத்த முடியாது. ஆனால் ஆல்ஃபா கதிர்வீச்சு போலவே இந்தக் கதிர் வீச்சை உமிழும்

பொருட்கள் சுவாசம் அல்லது உணவு மூலம் உடலின் உள்ளே சென்றால் மிக மோசமான விளைவுகளை ஏற்படுத்தும்.

காமா கதிர்கள் போட்டான்களால் ஆனது. போட்டான்களுக்கு நிறை மிக மிக மிகக் குறைவு. வேகம் மிக மிக மிக அதிகம். ஆற்றலும் அதிகம். எளிதில் எல்லா பொருட்களையும் ஊடுருவிவிடும். மனித உடலில் மேல்தோலை எளிதில் ஊடுறுவி பாதகம் விளைவிக்கக் கூடியது. சில அடி கான்கிரீட், சில அங்குல உலோகத்தடுப்பு, நீர் போன்றவை காமாக் கதிர்வீச்சைத் தடுக்கும். ஆனால் எந்தத் தடுப்பரணையும் தாண்டி ஒரு சிறுஅளவு காமாக் கதிர்கள் வெளியாகும். காற்றில் சுமார் 100 மீட்டர் அளவிற்கு பயணிக்க வல்லது.

நியூட்ரான் உமிழ்வும் ஆபத்தானது. ஆனால் நியூட்ரான்கள் அணு உலைக்கு வெளியே தனித்திருக்க வாய்ப்பில்லை. எனவே அந்த வகையில் அது ஒரு தொழில்நுட்ப பிரச்சனையே தவிர மானுட நலன் குறித்த பிரச்சனை அல்ல. தானாக தன்னிச்சையாக நியூட்ரானை உமிழும் தனிமம் கலிஃபோர்னியம் ஒன்றுதான். ஆனால் அது இயற்கையில் இல்லை. எனவே இதனைத் தள்ளி வைக்கலாம். மற்ற கதிர்வீச்சு குறித்து நாம் ஆழ்ந்த கவனத்துடன் பரிசீலிக்க வேண்டும்.

மானுட உடலும் கதிர்வீச்சும்

நாம் வாழும் உலகில் மானுடஉடல் சதாசர்வகாலமும் இயற்கையான கதிர்வீச்சால் தாக்கப்பட்டுக் கொண்டேதான் இருக்கின்றது. நமது பூமியில் உள்ள அதிலும் குறிப்பாக அதன் மேலோட்டுப் பகுதியிலுள்ள அணுப்பிளவு தனிமங்கள் இந்தக் கதிர் வீச்சிற்கு காரணம். முன்னரே கண்டது போல அணு எண் 72 க்கு மேலேயுள்ள தனிமங்கள் எல்லாம் அடிப்படையில் அணுப்பிளவு வளத் தனிமங்கள்தாம். இயற்கையில் அவை அணுக்கரு பிளவு அடைந்து கதிர்வீச்சில் ஈடுபடுவனவாகத்தான் இருக்கின்றன. அத்தோடு குறைவான அணுஎண் கொண்ட பல தனிமங்களின் ஓரகத் தனிமங்களும் அணுப்பிளவும் கதிர்வீச்சும் உள்ள தனிமங்கள்தாம் எ.கா K40 எனப்படும் பொட்டாசியம் 40, சி14 எனப்படும் கார்பன் 14. இதுதவிர நமது பூமிப்பரப்பு விண்ணிலிருந்து வரும் காஸ்மிக் கதிர்களால் சதா தாக்கப்படுக் கொண்டேயிருக்கின்றது. இந்த இரண்டும் சேர்ந்து நாம் வாழும் உலகில் எங்கு சென்றாலும் ஒரு குறிப்பிட்ட அளவு கதிர்வீச்சில்தான் நாம் வாழவேண்டும் எனும் நிலையில் வைத்துள்ளது. உலகசராசரி கதிர்வீச்சின் அளவு 2400மைக்ரோ சிவர்ட்/ஆண்டிற்கு. ஆனால் இது பூமியில் எல்லா இடங்களிலும் ஒன்றுபோல இல்லை. 1000 மைக்ரோ சிவர்ட் எனும்

அளவிலிருந்து சுமார் 260000 மைக்ரோ சிவர்ட் எனும் அளவு வரை இது வேறுபடுகின்றது. எடுத்துக்காட்டாக இரானின் ராம்ஷேர், சீனாவின் யாங்ஜியாங், இந்தியாவின் கேரளக் கடற்கரை ஏன் தமிழகத்தின் தென் கோடிக் கடற்கரை ஆகிய இடங்களில் சராசரி அளவைப் போல பல மடங்குகதிர் வீச்சு உள்ளது. விண்ணிலிருந்து வரும் கதிர் வீச்சுகூட எல்லா இடங்களிலும் ஒன்றுபோல இல்லை. பொலிவியாவின் தலைநகரான லாபஸ் நகரில் இது உலகின் சராசரியைவிட பலமடங்கு அதிகம். அதனைக் காட்டிலும் திபெத்தில் அதிகம். விமானப் பயணங்களின் போது பயணிகள் அதிக அளவு கதிர்வீச்சிற்கு ஆளாகின்றனர். சொல்லப் போனால் விமான ஊழியர்கள் அணுமின்நிலையங்களில் பணியாற்றும் ஊழியர்களைக் காட்டிலும் அதிகஅளவில் கதிர்வீச்சிற்கு ஆளாகின்றனர். இயற்கையான கதிர்வீச்சு அதிகம் உள்ள இடங்களில் நடந்த ஆய்வுகளில் அங்குள்ள மக்கள் மத்தியில் அதிகப் பாதிப்பு ஏதுமில்லை என்பதையே சொல்லுகின்றன.

இதுதவிர மனித உடலிலும் பல கதிர்வீச்சு அணுப்பிளவுத் தனிமங்கள் எப்போதும் குடியிருக்கின்றன. K40 எனப்படும் பொட்டாசியம் 40 ஐ எடுத்துக் கொள்வோம். இதுதான் பூமியில் இருக்கும் அணுப்பிளவுத் தனிமங்களிலேயே அதிகம் உள்ளது என்பது பலருக்கும் மிகுந்த வியப்பளிக்கும் செய்தியாக இருக்கலாம். சிலருக்கு இது வியப்பான செய்தியல்ல என்றாலும் கசப்பான செய்தியாகவும் இருக்கலாம். சாதாரணமான பொட்டாசியம் அணுநிறை 39 கொண்டது. அதுதான் இயற்கையில் இருக்கும் பொட்டாசியத்தில் சுமார் 93% இருப்பது. அதைத்தவிர K41 பொட்டாசியம் 41 எனும் நிலைத்த தனிமமும் 6.9% இருக்கின்றது. இவை இரண்டையும் தவிர K40 எனும் பொட்டாசியம் 40 என்பது 0.011% உள்ளது. இந்த ஓரகத் தனிமம் சாதாரணமான பொட்டாசியம் இருக்கும் இடத்தில் எல்லாம் இருக்கின்றது. K40 இல்லாது K39+K41 இல்லை. சரி பொட்டாசியம் எங்கெல்லாம் உள்ளது ?எங்கு இல்லை எனக் கேட்பது நல்லது. ஏனென்றால் அது எல்லா இடங்களிலும் உள்ளது. நீங்கள் நிற்கும் இடம் கூடங்குளமாக இருந்தாலும், இடிந்தகரையாக இருந்தாலும் சென்னை ஜார்ஜ் கோட்டையாக இருந்தாலும் டெல்லி செங்கோட்டையாக இருந்தாலும் இருக்கின்றது. நீங்கள் நிற்கும் இடத்தில் உங்கள் காலடி மண்ணில் ஒரு கிலோகிராம் எடுத்தால் அதில் 15 கிராம்கள் பொட்டாசியம் உள்ளது. அதில் 0.011% பொட்டாசியம் 40 யும் உள்ளது. வாழைப்பழத்தில் உள்ளது, கீரைகளில் உள்ளது, கடல்நீரில் உள்ளது மீன்களில் உள்ளது பாலில் உள்ளது. அவ்வளவு ஏன் தாய்ப்பாலில் உள்ளது; பாலுக்கழும் குழந்தையின் கண்ணீரில் உள்ளது. இதில் இன்னும் கவனிக்க

Paper

VERY HIGH BACKGROUND RADIATION AREAS OF RAMSAR, IRAN: PRELIMINARY BIOLOGICAL STUDIES

M. Ghiassi-nejad,[*] S. M. J. Mortazavi,[*] J. R. Cameron,[] A. Niroomand-rad,[] and P. A. Karam[]

Abstract—People in some areas of Ramsar, a city in northern Iran, receive an annual radiation absorbed dose from background radiation that is up to 260 mSv y^{-1}, substantially higher than the 20 mSv y^{-1} that is permitted for radiation workers. Inhabitants of Ramsar have lived for many generations in these high background areas. Cytogenetic studies show no significant differences between people in the high background compared to people in normal background areas. An *in vitro* challenge dose of 1.5 Gy of gamma rays was administered to the lymphocytes, which showed significantly reduced frequency for chromosome aberrations of people living in high background compared to those in normal background areas in and near Ramsar. Specifically, inhabitants of high background radiation areas had about 56% the average number of induced chromosomal abnormalities of normal background radiation area inhabitants following this exposure. This suggests that adaptive response might be induced by chronic exposure to natural background radiation as opposed to acute exposure to higher (tens of mGy) levels of radiation in the laboratory. There were no differences in laboratory tests of the immune systems, and no noted differences in hematological alterations between these two groups of people.
Health Phys. 82(1):87–93; 2002

Key words: health effects; naturally occurring radionuclides; radiation, background; exposure, population

Cancer Mortality in the High Background Radiation Areas of Yangjiang, China during the Period between 1979 and 1995

ZUFAN TAO[1]*, YONGRU ZHA[2], SUMINORI AKIBA[3], QUANFU SUN[1], JIANMING ZOU[2], JIA LI[1], YUSHENG LIU[1], HIROO KATO[4], TSUTOMU SUGAHARA[5] and LUXIN WEI[1]

In conclusion, the increased cancer risk associated with the high levels of natural radiation in HBRA was not found. On the contrary, the mortality of all cancers in HBRA was generally lower than that in the control area, but was not significant. Further follow-up of the cohort members is necessary to accumulate more person-years so that more cancer risk estimates have narrower confidence intervals.

வேண்டியது உள்ளது. உடலில் சுமார் 140 கிராம் அளவில் பொட்டாசியம் எப்போதும் பராமரிக்கப்படுகின்றது. அளவு குறைந்தால் உண்ணும் உணவிலிருந்து எடுத்துக்கொள்ளப் படுகின்றது. அளவு கூடினால் வெளியேற்றப்படுகின்றது. இந்த 140 கிராம் பொட்டாசியத்தில் 15.4 மி.கிராம் அணுப்பிளவு, கதிர்வீச்சு பண்பு கொண்ட பொட்டாசியம் 40 உள்ளது. இன்னும் அதிகம் கவனிக்க வேண்டியுள்ளது. உடலில் உள்ள இந்த பொட்டாசியத்தில் 95% உடல் செல்களுக்கிடையேயான இடைவெளியில் உள்ளது. அதாவது செல் கருவைச் சுற்றி ஒரு சவ்வுப்படலம் உள்ளதல்லவா? செல் கருவிற்கும் இந்த சவ்வுப் படலத்திற்கும் இடையில் உள்ளது. அங்கிருந்து சுமார் 4400 பெக்கரல் அளவில் அணுக்கரு வினையை கதிர் வீச்சை நடத்திக் கொண்டிருக்கின்றது. அப்படி என்றால் என்ன பொருள்?அதாவது வினாடிக்கு 4400 அணுக்கரு பிளவும் கதிர் வீச்சும் நமது உடல் செல்கருவுவின் அருகிலேயே நடந்துகொண்டிருக்கின்றது. நன்றாக கவனிக்கவும் 4400 அணுக்கரு பிளவுகள் ஒரு வாழ்நாளில் அல்ல, ஒரு ஆண்டில் அல்ல; ஒவ்வொரு வினாடியும் நடைபெறுகின்றது. இது மட்டுமல்ல இதைப் போல சி14 எனும் கார்பன் 14 தனிமமும் வினாடிக்கு சுமார் 3000 அணுப்பிளவுகளை நடத்தும் அளவிற்கு நமது உடலில் உள்ளது. இந்த இரண்டையும் தவிர ரேடான் மற்றும் சில தனிமங்களும் இருக்கின்றன. எல்லாம் சேர்ந்து நம் ஒவ்வொருவர் உடலிலும் வினாடிக்கு சுமார் 8000 அணுப்பிளவுகளும் கதிர்வீச்சுகளும் நடந்து கொண்டு இருக்கின்றன. இந்தக் கதிர்வீச்சு உடலின் செல்லையும் அதிலுள்ள மரபணுவையும் பாதிக்காதா? பாதிக்கத்தான் செய்யும் ஆனால் மானுட உடல் இந்த அளவிலான கதிர்வீச்சுப் பாதிப்பை சரிசெய்து கொள்ளும் திறன் படைத்ததாகத்தான் பரிணாமம் கண்டுள்ளது. இதுமட்டுமல்ல மானுடம் மானுடமாய் பரிணாம உருவெடுக்கும் காலத்திற்கு முன்பாக நமது புவிப்பந்தில் நிலவிய கதிர்வீச்சு என்பது இன்று நிலவுவதைக் காட்டிலும் மிக அதிகம். இந்தக் கதிர்வீச்சின் ஊடாகத்தான் எழுந்து நிமிர்ந்து நாம் மானுடராகப் பரிணமித்தோம். கீழேயுள்ள அட்டவணை வேவ்வேறு காலக் கட்டத்தில் இருந்த கதிர்வீச்சின் அளவு குறித்து காட்டுகின்றது.

இந்த எதார்த்தங்கள், ஹிரோஷிமாவிலும் நாகசாகியிலும் அணு குண்டு வெடித்தபோது அதில் இருந்து தப்பியவர்கள் தாங்கிய கதிர் வீச்சின் அளவு ஆகியவற்றை எல்லாம் வைத்து கதிர்வீச்சுப் பாதுகாப்பிற்கான சர்வதேச ஆலோசகம் (ICRS) மனிதர்கள் தாங்கி நிற்கக் கூடிய கதிர் வீச்சின் அளவிற்கு ஒரு வரம்பு வைத்துள்ளனர். அணுமின் நிலையங்களில் பணியாற்றும் ஊழியர்களுக்கு ஐந்தாண்டு

Values of Individual Truncated Natural Dose Commitment			
Human Species	Time since first appearance		Dose commitment
	(years)*	(generations)	(sieverts)
Early Modern *Homo sapiens*	130 000	4300	286
Archaic *Homo sapiens*	400 000	13 300	880
Homo erectus	1 800 000	60 000	3960
Homo habilis	2 400 000	80 000	5280

*The Cambridge Encyclopaedia of Human Evolution, Cambridge U. P., Mass. (1994).

சராசரி 20 மில்லி சிவர்ட் அளவிற்கு மேலே இருக்கக்கூடாது, எந்தவொரு ஆண்டும் 30 மில்லி சிவர்ட் அளவிற்கு மேலே இருக்கக் கூடாது; வாழ்நாள் அளவு 1000மில்லி சிவர்ட் அளவிற்கு மேலே இருக்கக் கூடாது என்பது சர்வதேச நிறுவனங்கள் வைத்துள்ள வரம்பு. அணுமின்நிலையங்களுக்கு வெளியே ஆண்டொன்றுக்கு 1 மில்லி சிவர்ட் அதாவது 1000 மைக்ரோசிவர்ட்டுக்கு மேலே இருக்கக் கூடாது என்பது சர்வதேச அணுஆற்றல் முகமை வைத்துள்ள வரம்பு. ஒப்பிட்டுப் பாருங்கள் சராசரி இயற்கை கதிர்வீச்சின் அளவு ஆண்டிற்கு 2400 மைக்ரோ சிவர்ட். ஆனால் அணுமின் நிலையங்களுக்கு விதிக்கப்படுள்ள வரம்பு 1000 மைக்ரோ சிவர்ட். இந்தியாவிலும் உலகின் பலபகுதிகளிலும் இயங்கும் அணுமின் நிலையங்கள் பெரும்பாலானவை இந்த வரம்புகளைக் காட்டிலும் மிகமிகக் குறைவான கதிர்வீச்சுடன்தான் இயங்குகின்றன.

எனவே ஒரு அணுமின் நிலையம் சரியாக இயங்கும்போது அங்கிருந்து வெளியேரும் கதிர்வீச்சின் அளவு மானுட உடலுக்கு எந்தவித பாதிப்பும் ஏற்படுத்த வல்லதல்ல. ஏற்கனவே நாம் அதனைப்போல பல்லாயிரம் மடங்கு அதிகமான கதிர்வீச்சின் மத்தியில்தான் வாழ்ந்து கொண்டிருக்கின்றோம். இன்னும் மருத்துவக்

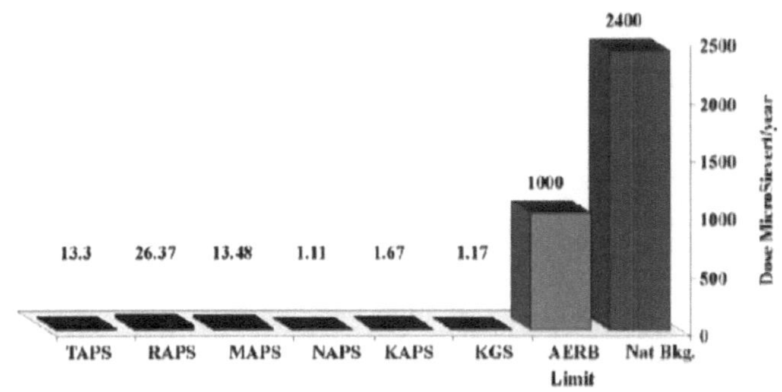

காரணங்களால் நாம் எதிர்கொள்ளும் கதிர்வீச்சையும் கணக்கில் கொண்டால் ஒழுங்காக இயங்கிக் கொண்டிருக்கும் அணுமின்நிலையத்தில் இருந்து வெளிவரும் கதிர்வீச்சு பிரச்சனை இல்லை. ஆனால் 'ஒழுங்காக இயங்கும்' என்பதை அடிக்கோடிட்டு அழுத்தம் திருத்தமாக் கூறவேண்டும். ஏனெனில் உண்மையான பிரச்சனை இருக்கும் இடங்களில் இது ஒன்று. எப்படி என்று அணு ஆற்றல் ஒழுங்காற்று வாரியத்தின் (AERB) முன்னாள் தலைவர் Dr.A.கோபாலகிருஷ்ணன் கூறுவதை சற்றுப் பின்னர் பார்ப்போம்.

அணுக்கழிவு

அணுமின்நிலையம் ஒழுங்காக இயங்கித் தனது வாழ்நாளை முடிக்கின்றது என்றே வைத்துக் கொள்வோம். வேறு பிரச்சனையே இல்லையா?அப்படிக் கூறமுடியாது. அணுஉலையில் குறிப்பாக கூடங்குளம் போன்ற அணுஉலையில் இடப்படும் எரிபொருள் மீண்டும் மீண்டும் மாற்றப்பட வேண்டும். ஒவ்வொரு ஆண்டும் சுமார் மூன்றில் ஒரு பகுதி எரிபொருள் கம்பிகள் மாற்றப்பட வேண்டும். பயன்படுத்தப்பட்ட எரிபொருள் கம்பிகள்தாம் அணுக்கழிவு எனப்படுகின்றது. இதனை என்னசெய்வது என்பது ஒரு பிரச்சனைதான். இதில் மிகநீண்ட அரைவாழ்வு கொண்ட அணுப்பிளவு, கதிர் வீச்சுத் தனிமங்கள் உள்ளன. இதனைக் காற்றில் கடலில் கரைக்க முடியாது; எரித்தோ புதைத்தோ இல்லாது செய்ய முடியாது. இதுமிகவும் ஆபத்தானதும் மிகுந்த கவனத்துடன் கையளப்பட வேண்டியதும் ஆகும். ஆனால் இதுகுறித்து

Table 3.2   Examples of Radionuclides

Radionuclide	Primary Radiation	Half-Life
Americium-241 (Am-241)	Alpha	430 years
Cesium-137 (Cs-137)	Gamma, beta	30 years
Cobalt-60 (Co-60)	Gamma, beta	5.3 years
Iridium-192 (Ir-192)	Gamma, beta	74 days
Iodine-131 (I-131)[a]	Gamma, beta	8 days
Plutonium-239 (Pu-239)	Alpha	24,000 years
Radium-226 (Ra-226)	Alpha, gamma	1,600 years
Strontium-90 (Sr-90)	Beta	29 years
Uranium-235 (U-235)	Alpha, gamma	704 million years
Uranium-238 (U-238)	Alpha	4.5 billion years
Technetium-99m (Tc-99m)[b]	Gamma	6 hours

எழுப்பப்படும் வினாக்கள் எல்லாம் பெரிதும் ஐரோப்பிய அமெரிக்க மைய வினாக்களின் எதிரொலியாக மட்டுமே இருக்கின்றன. இரண்டாவது சில தனிமங்களின் அரைவாழ்வு என்பது 2G ஊழலின் அளவாகக் குறிப்பிடப்பட்டது போன்ற (1,76,000 கோடி) பெரும் எண்ணாக இருக்கின்றது.

இதுகுறித்து தேவையற்ற அச்சமூட்டல் செய்யப்படுகின்றது. முன்னர் கண்ட பொட்டாசியம் 40 எனப்படும் K40 யின் அரை வாழ்வு 1.3 பில்லியன் அதாவது 130 கோடி ஆண்டுகள்; மிகவும் அச்சமூட்டும் புளூட்டோனியத்தின் அரைவாழ்வு 24000 ஆண்டுகள். அரைவாழ்வு என்பது ஒரு கவனத்தில் கொள்ள வேண்டிய அம்சம் என்பதில் மாற்றுக்கருத்து இல்லை. ஆனால் தற்போது ஆற்றல் எதிர்ப்பாளர்களின் கதையாடலில் கையாளப்படுவது போல இல்லை.

அமெரிக்காவிலும் ஐரோப்பாவிலும் 'அணுக்கழிவு இந்தியாவைக் காட்டிலும் பெரும் பிரச்சனை. ஏனெனில் அங்கு இந்தப் பயன்படுத்தப்பட்ட எரிபொருளை மறுபதப்படுத்த (Reprocessing) சட்டத்தில் அனுமதி இல்லை. ஏன்? அமெரிக்க அணுமின்நிலைய வல்லுனர்கள் இந்திய அரசின் அணு ஆற்றல் துறையின் வல்லுனர்களைக் காட்டிலும் மேலான அறிவாளிகள் என்பதாலா? இல்லை, கீழான அறிவாளிகள் என்பதாலா? அது தெரியாது? ஆனால் அவர்கள் நம்மவர்கள் அளவிற்குக் கூட நம்பத் தகுந்தவர்கள் அல்ல என அமெரிக்க அரசாங்கம் கருதுகின்றது. இதில் நாம் அமெரிக்க அரசு சரி என்றுதான் கூற வேண்டியுள்ளது. ஏனென்றால் அங்கு அணுமின் நிலையங்கள் எல்லாம் தனியார் வசம்தான் உள்ளன. எனவே பயன்பாட்டுக்குள்ளான எரிபொருளை மறுப்பதமாக்கலுக்கு அனுமதிக்கவும் அதிலிருந்து புளூட்டோனியம் போன்றவற்றை எடுக்கவும் அரசு தனியாரை அனுமதிப்பதில்லை.

"போதுமான லாபம் கிட்டுமென்றால் முதலாளித்துவம் எதற்கும் அஞ்சாது; நிச்சயமாக 10% லாபம் என்றால் அது எங்கு வேண்டுமென்றாலும் தனது மூலதனத்தை செல்ல அனுமதிக்கும்; 20% லாபம் என்றால் மிகுந்த உற்சாகம் கொள்ளும்; 50% லாபம் என்றால் அடங்க மறுத்து அத்து மீறும்; 100% லாபமென்றால் எந்த மானுட சட்டத்தையும் தர்மத்தையும் காலில் போட்டு மிதிக்கத்தயாராக இருக்கும்; 300% லாபம் என்றால் எந்தவிதக் கடுங்குற்றத்தையும் செய்யத்தயங்காது; எந்தவித ஆபத்தான முடிவையும் எடுக்கத் தயங்காது; தன்னுடய நிறுவனத்தின் தலைவர் தூக்கில் தொங்க வேண்டிய அபாயம் இருந்தாலும் தயங்காது" என்பது மார்க்ஸ் எடுத்தாண்ட ஒரு மேற்கோள். நம்மவர்கள் நினைவில்

கொள்கின்றார்களோ இல்லையோ, அமெரிக்க அரசு மறப்பதில்லை. எனவே இந்தத் தனியார் நிறுவனங்களை அனுமதித்தால் அவை புளுட்டோனியத்தை யாருக்கேனும் கூறுகட்டி விற்றுவிடலாம் என அஞ்சுகின்றனர். ஆகையினால் பயன்படுத்தப்பட்ட எரிபொருளை அப்படியே வைத்துப் பாதுகாக்க வேண்டிய சங்கடம் இருக்கின்றது. தற்போது அனுமதிக்கலாம் என கொள்கை முடிவெடுத்துள்ளனர். ஆனால் அதற்கான சட்ட வடிவுகள் குறித்து விவாதங்கள் நடந்து வருகின்றன.

ஆனால் இந்தியாவின் நிலைமை வேறு. எப்படி என்பதைப் பார்க்கும் முன்னர் அந்தக் கழிவில் அப்படி என்னதான் இருக்கும் என்றும் பார்க்க வேண்டும். கூடங்குளம் போன்ற அணு உலையிலிருந்து வெளிவரும் கழிவில் உள்ளவை பின்வருமாறு இருக்கும்:

யுரேனியம் (சுமார் 1 % U235 உட்பட)	: 95.6%
புளுட்டோனியம்	: 0.9%
நிலையான தனிமங்கள்	: 2.9%
சீசியம்& ஸ்ட்ரோனியம்	: 0.3%
அயோடின் & டெக்னீசியம்	: 0.1%
நீண்டகால பிளவுப் பொருட்கள்	: 0.1%
சிறு அளவில் வெவ்வேறு ஆக்டினாயிடுகள்	: 0.1 %

இந்த 'கழிவை' மறுபதப்படுத்தினால் யுரேனியமும் புளுட்டோனியமும் தனித்தெடுக்கப்பட்டு அடுத்த கட்ட அணு உலைகளில் பயன்படுத்தப்படலாம். நிலைத்த தனிமங்கள் பிரச்சனையில்லை. அவை போக மிச்சமிருப்பவை வெறும் 0.6% தான். இவற்றைக் கையாள வேண்டும். யுரேனியம் புளுட்டோனியம் போக மிச்சமிருப்பவற்றின் அரைவாழ்வு மில்லியன் பில்லியன் கணக்கிலான நீண்டகாலம் அல்ல. இவற்றையும் அடுத்த கட்ட அணுஉலைகளில் அல்லது அதற்காக வடிவமைக்கப்பட்ட ஆக்சிலேட்டரான் பயன்படுத்தும் உலைகளில் அணுக்கரு வினைக்கு ஆட்படுத்தி நிலைத்த தனிமங்களாக மாற்றலாம். அந்தத் திசையில் ஆய்வுகளும் முனைப்புகளும் சென்றுகொண்டிருக்கின்றன. அதுவரையில் மற்ற நாடுகளைப் போல வைத்துப் பாதுகாக்க வேண்டும். அது ஒரு சுமைதான். ஆனால் அது போன்ற சுமை அனல்மின்நிலையங்களும் உள்ளது என்பதை நாம் மறக்கக் கூடாது. ஏனெனில் கூடங்குளத்தில் வருவது போன்ற ஒரு 1000 மெகாவாட் மின்நிலையத்தை நிலக்கரி கொண்டு இயங்குவதாக உருவாக்கினால் ஆண்டிற்கு சுமார் 26 லட்சம் டன் நிலக்கரி பயன்படுத்தப்படும். அதாவது கூடங்குளம்

அணு உலையில் பயன்படுத்தப்படுவது போல ஒரு லட்சம் மடங்கு அதிகமாக எரிபொருள் பயன்படுத்தப்படும். இதிலிருந்து வரக்கூடிய கழிவுகளின் அளவு பின்வருமாறு இருக்கும்:

கார்பன் டை ஆக்ஸைடு	: 65 லட்சம் டன்
சாம்பல்	: 3 லட்சம் டன்
சல்பர் டை ஆக்ஸைடு (SOX)	: 20000 டன்
நைட்ரஸ் ஆக்ஸடு வகைகள்(NOX)	: 4000 டன்
கன உலோகங்கள்	: 400 டன்

இதில் 400 டன் கன உலோகம் என்பதிலும் பல அணுப்பிளவு, கதிர் வீச்சுத்தனிமங்கள் உள்ளன. எல்லாத் துறைகளிலும் முன்னேற்றம் அடைந்துவரும் தொழில்நுட்பம் அணுஆற்றல் என்று வரும்போது மட்டும் ஏதோ புறவழிச் சாலையில் பைபாஸ் எக்ஸ்பிரஸ் போலச் சென்றுவிடும் என நாம் கருத எந்த முகாந்திரமும் இல்லை. மறுபதமாக்கல் மூலம் சிறு அளவிலான கழிவை சுமார் 300ஆண்டுகளுக்கு மட்டும் வைத்துப் பராமரிக்கும் நிலைக்கு வழி வகை செய்யும் தொழில்நுட்பநிலை விரைவில் வரும். அய்யோ 300 ஆண்டுகளா? என்றெல்லாம் நாம் அச்சமுற வேண்டியதில்லை. குறிப்பாகத் தமிழர்கள் சுமார் 3000 ஆண்டுகால தொடர்பறாத நாகரிகத்திற்குச் சொந்தக்காரர்கள்; சேரர், சோழர், பாண்டியர், பல்லவர், களப்பிரர், மொகலாயர், வடுகர், பரங்கியர் மற்றும் குள்ளுக பட்டர்கள், குட்டையில் ஊறிய மட்டைகள் என எல்லாம் வந்து போய்க் கொண்டிருக்கும்போது சுமார் 2000 ஆண்டுகளாக ஒரு அணையைப் பராமரித்து வருபவர்கள். 1000 ஆண்டுகள் 1500 ஆண்டுகள் பழமை வாய்ந்த கோவில்களைத் தொடர்ந்து பராமரித்து வருபவர்கள். இது ஒன்றும் முடியாததல்ல.

கூடங்குளம் இடத்தேர்வு

அணு உலை பாதுகாப்பானது என்பதெல்லாம் சரி; அதை உங்கள் வீட்டுக்குப் பின்னே போட்டுக் கொள்ளுங்கள் (NOT IN MY BACK YARD - NIMBY) என்பது ஒரு வாதமாக பலரால் கூறப்படுகின்றது. இது மிகவும் மோசமான வாதம் எனச் சொல்லவேண்டியதில்லை. தமிழகத்தின் மின் தேவைக்கு எனது பூமியை வெட்டி நிலக்கரி எடுத்து எங்கள் மண்ணைப் பாழாக்காதே என்று ஜார்கண்ட், சத்தீஸ்கார், ஒடிசா பழங்குடிகளும் மற்றோரும் சொல்லலாம் அல்லவா? உனது விவசாயம் நடைபெற எனது மண்ணில் பெய்யும் மழையை ஆற்றில் நான் அனுப்பவேண்டுமா? உன் வீட்டு மொட்டைமாடியில் பெய்யும் மழையைப் பயன்படுத்தி விவசாயம் செய்து சாப்பிடு; முடியவில்லை என்றால் செத்தொழி என கேரளாவிலோ கர்நாடகத்திலோ உள்ள மக்கள் சொன்னால் ஏற்போமா?

கேரளாவில் அனுமதிக்கவில்லை; மேற்கு.வங்கத்தில் அனுமதிக்கவில்லை இங்கு மட்டும் அனுமதிக்கலாமா? என்றும் ஒரு விவாதம் அவ்வப்போது எழுகின்றது. கேரளத்திலும் மேற்கு. வங்கத்திலும் ஏன் அனுமதிக்கவில்லை? காரணங்கள் ஏற்புடையதா இல்லையா? என்பதை விவாதிக்கலாம். அவர்கள் பல விசயங்களில் நமக்கு முன்னுதாரணங்கள்தாம். ஆனால் எல்லாவற்றிலும் இல்லை. வங்கமும் சரி கேரளாவும் சரி தமிழகத்தைப் பார்த்துக் கற்றுக் கொள்ள வேண்டியவையும் உள்ளன. அப்படியெல்லாம் ஏதுமில்லை என அவர்கள் கூறினால் அவர்களுக்கு நம் நல்வாழ்த்துக்கள். அணு உலைகளை விடுங்கள்; கணினிகளைக்கூட கண்மண் தெரியாமல் எதிர்த்த நவீன லுடைட்டுகள் நம்நாட்டில் உண்டு. நமக்கு பயனுள்ளதா இல்லையா என்பதை நாம் பார்ப்போம்.

இந்தியாவில் நிலக்கரிப் படிமங்கள் அதிகமுள்ள இடங்களில் அணுமின்நிலையங்கள் கட்டுவது சரியல்ல. நிலக்கரி இருக்கக் கூடிய இடங்களிலிருந்து சுமார் 700 கி.மீக்கு அப்பால் இந்திய நிலக்கரி மூலம் அனல்மின் நிலையங்களை இயக்குவது பொருளாதாரரீதியாக நல்ல முடிவு இல்லை. சென்னை, தூத்துக்குடி, கொச்சின், கண்டலா போன்ற துறைமுகங்களை ஒட்டிய பகுதிகளில் இறக்குமதி நிலக்கரியைப் பயன்படுத்தும் அனல் மின்நிலையங்கள் பொருளாதார ரீதியாக உசிதம். அல்லது மற்ற வகைகளில் சரியென்றால் அணு மின்நிலையம் பொருத்தமானது.அந்த வகையில் கூடங்குளம் ஒரு மோசமானத் தேர்வு அல்ல. அந்த இடத்தேர்வு குறித்தும் சில விமர்சனங்கள் உள்ளன ஆனால் அவையெல்லாம் போலி அறிவியல் வாதங்கள்.இந்தியாவின் கிழக்குக் கடற்கரையில் சுனாமி அபாயம் இருப்பதிலேயே மிகவும் குறைவான கடற்பகுதி அதுதான்.நில நடுக்கப் பிரச்சனையில் இதனைக் காட்டிலும் பாதுகாப்பான இடம் ஏதுமில்லை. எரிமலை என்பதெல்லாம் வெறும் வதந்தி அன்றி ஏதுமில்லை. பாண்டிச்சேரிக்கு கிழக்கே எரிமலை என்றொரு பூதம் கிளப்பப்படுகின்றது. உலக எரிமலைகள் குறித்த ஒரு இணைய தளத்தில் அது குறித்து ஒரு ஒற்றை வரி குறிப்பு உள்ளது. தமிழகத்தின் அறிந்த வரலாற்றில் அங்கு ஏதும் எரிமலை இயக்கம் இருந்ததற்கான சான்று இல்லை. தமிழ் இலக்கியங்களில் இல்லாத ஒரு நிலப்பரப்பு தமிழகத்தில் உள்ளது என்பதை நம்ப வேண்டுமென்றால் அவர் எங்காவது சுவீடனில் அல்லது டிம்பக்டுவில் பிறந்து வளர்ந்தவராக இருக்கவேண்டும். பாக் ஜலசந்தி மன்னார் வளைகுடா மணல் திட்டுகள் என்பதெல்லாம் சுனாமி உருவாகும் அளவிலானது அல்ல என்ற நிபுணர் குழுவின் வாதமும் ஏற்றுக் கொள்ளக் கூடியதாகவே உள்ளது. எரிமலை இயக்கம் சுனாமியை உருவாக்கலாம் என்பது உண்மையே. 1883 ஆம் ஆண்டு இந்தோனேசியாவின் கரக்கட்டா

எரிமலைக் குமுறலின் காரணமாகவே சுனாமி உருவானது. அது மானுடத்தின் வரலாற்றின் மூன்றாவது மிகப்பெரும் எரிமலை வெடிப்பு. எழுதப்பட்ட சரித்திரத்தில் மிகப் பெரும் வெடிப்பு. அந்த சுனாமியின் போது சென்னையிலும் நாகப்பட்டினத்திலும் 4 அடிக்கு அலைகள் உயர்ந்தன எனப் பதிவாகியுள்ளது. அதற்கப்புறமும் இந்த எரிமலை அவ்வப்போது குமுறிக் கொண்டுதான் உள்ளது. ஆனால் அவை சுனாமியை உருவாக்கவில்லை. 2011 ஆம் ஆண்டுகூட இரண்டு மூன்று முறை குமுறியுள்ளது. எனவே இதுபோன்ற கருத்துக்களை யெல்லாம் புறம்தள்ளலாம்.

கூடங்குளமும் ஜைத்தப்பூரும்

கூடங்குளம் அணுஉலை ரஷ்யாவின் VVER எனும் வடிவமைப்பு. இதனைப்போன்ற அணுஉலைகள் சுமார் 50 ஏற்கனெவே நல்லமுறையில் இயங்கிக் கொண்டிருக்கின்றன. இந்திய அரசு, அணு ஆற்றல் துறை ஆகியவற்றின் தேவைக்கு ஏற்ப சில மேலான பாதுகாப்பு அமைப்புகளையும் ரஷ்யா செய்துள்ளது. அணு உலைகளின் விலை ஒரு மெகாவாட்டுக்கு 6.5 கோடி எனத் தெரிகின்றது. அதுமட்டுமல்ல கூடங்குளத்தில் அணுஉலைக்குத் தேவையான எரிபொருள் ரஷ்ய நிறுவனத்தால் வழங்கப்படும். பயன் படுத்தப்பட்ட எரிபொருள் மறுபதமாக்கல் செய்யப்பட்டு அடுத்த கட்ட அணு உலைகளில் பயன்படுத்த தடையேதுமில்லை. கழிவுகளைத் திரும்ப எடுத்துக் கொள்வதில் ரஷ்யாவுக்கு பிரச்சனை ஏதுமிருக்கப் போவதில்லை. வியட்நாம், பங்ளாதேஷ் போன்ற வேறு நாடுகளில் ரஷ்யா அப்படித்தான் செய்யும். ஆனால் இந்தியாவின் அடுத்த கட்ட அணு உலைகளுக்கு இந்த ஏற்பாடு பயன்படும். ரஷ்யா என்பதால் இடதுசாரிகள் ஆதரிக்கின்றார்கள் என ஒரு விவாதம் அவ்வப்போது தலைதூக்குகின்றது. இன்றைய ரஷ்யா பழைய சோவியத் ரஷ்யா அல்ல என்பதைக் கூட மறந்துவிட்டு பேசும் பேச்சுதான். ஆனால் இந்தியாவின் வெளி உறவில் அமெரிக்கா, ஃபிரான்ஸ் ஆகியவற்றைக் கையாள்வது போல ரஷ்யாவைக் கையாளக் கூடாது என்பதில் என்ன தவறு? இன்றைய ஒற்றைத் துருவ உலகில் பிரேசில், ரஷ்யா, இந்தியா, சீனா, தென்னாப்பிரிக்கா ஆகியவை அடங்கிய பிரிக்ஸ் (BRICS) கூட்டுறவு என்பது அமெரிக்க ஐரோப்பிய எஜமானர்களுக்கும் அவர்களது நலம் விரும்பிகளுக்கும்தான் பிரச்சனை. இந்தியாவின் உழைப்பாளி மக்களுக்கு அது ஒரு முன்னேற்றம்தான்.

ஜெய்த்தப்பூரின் அணுஉலை ஃபிரெஞ்சு தேசத்தின் அரீவா எனும் நிறுவனத்தால் வழங்கப்படவுள்ளது. அதனைப் போன்ற 1650 மெகாவாட் அணுஉலை உலகில் ஏதுமில்லை. ஃபின்லாந்தில் ஒரு

அணுஉலையும் ஃப்ரான்சில் ஒரு அணுஉலையும் அவை கட்டிமுடிக்கப்பட வேண்டிய காலத்தைக் கடந்து பல ஆண்டுகள் கழிந்து இப்போதும் எப்போது முடியும் எனும் உத்தரவாதமில்லாது நிற்கின்றது. அதன் பாதுகாப்பு அம்சங்களை ஃப்ரான்சின் மின்னமைப்பான EDF என்டதே ஏற்றுக் கொள்ளவில்லை எனத் தெரிகின்றது. அணுஉலை விலையோ 1 மெகாவாட்டிற்கு சுமார் 23 கோடி ஆகும் என கணக்கீடுகள் காட்டுகின்றன. பயன்படுத்தப்பட்ட எரிபொருள் ஃப்ரான்சால் திரும்ப எடுத்துக் கொள்ளப்படும். மொத்தத்தில் இந்தியாவின் மூன்று கட்ட அணு ஆற்றல் திட்டத்தில் பொருந்தக் கூடியதல்ல. அத்தோடு செழிப்பான விவசாய பூமியான ரத்னகிரி மாவட்டம் அணுமின்நிலையத்திற்கு ஏற்றதல்ல என சிலர் கூறுகின்றனர். மொத்தத்தில் ஜெய்த்தாப்பூர் திட்டம் பொருளாதாரம், தொழில்நுட்பம், நீண்டகால ஆற்றல் கொள்கை ஆகியவற்றின் அடிப்படையில் இந்தியாவிற்கு ஏற்ற திட்டம் இல்லை. கூடங்குளமும் ஜெய்த்தாப்பூரும் சமமானதில்லை. சமமில்லாதவற்றை சமமாகப் பாவிப்பவர்கள் உள்நோக்கம் கொண்டவர்களாக மட்டுமே இருக்க முடியும். இடதுசாரிகள் இடத்திற்கு ஒருமாதிரி நிலை எடுக்கின்றார்கள் எனவும் ஒரு குற்றச்சாட்டு வைக்கப்படுகின்றது. வைத்தால் குடுமி எடுத்தால் மொட்டை என இரு என உரைக்கும் உடதேசம் எல்லாம் அறிவியல் பூர்வமற்ற அணுகுமுறை கொண்டது. பெரும்பாலான உழைக்கும் மக்களின் நலம் என்பதல்லாமல் வேறு உள்நோக்கம் கொண்டது.

பின்னர் ஏன் இந்திய அரசு ஜெய்த்தாப்பூரை நடைமுறைப் படுத்த முயற்சிக்கின்றது. அணு ஆற்றல் துறையின் உயர்மட்டப் பொறுப்பாளர்கள் ஏன் அதனை வலிந்து நியாயப்படுத்த முயச்சிக்கின்றனர். இது முக்கியமான வினா. இதற்குப் பின்னால் உள்ள அரசியல் நாம் ஊன்றி கவனிக்க வேண்டியது.

அரசும் அணு ஆற்றல் துறையும்

இன்றைய மன்மோகன்சிங், வாஜ்பாய் அரசுகள் நேருவின் அரசு போன்றவை அல்ல. சகோட்கரின் அணுஆற்றல் துறை ஹோமி பாபாவின் அணுஆற்றல் துறை அல்ல. இதனை நாம் மனதில் இருத்த வேண்டும். இங்கு ஒன்றைத் தெளிவுபடுத்த வேண்டும். இந்திய அரசின் அணு ஆற்றல் துறையின் அறிவியல் வல்லுனர்கள் பொறியாளர்கள், ஊழியர்கள் இந்திய உழைப்பாளி மக்களின் நண்பர்கள்தாம். அவர்கள் இதனை உணர்ந்தவர்களாக இருக்கலாம் உணராதவர்களாக இருக்கலாம். ஆனால் நடைமுறையில் இந்தியாவின் ஆற்றல் பாதுகாப்பிற்கும் தற்சார்பிற்கும் உழைக்கும் அவர்கள் நீண்டகால நோக்கில் இந்திய உழைக்கும் மக்களின்

நலனுக்கான உழைப்பை நல்கி வருபவர்கள்தாம். அதில் மாற்றம் இல்லை. ஆனால் கொள்கை முடிவுகளை எடுக்கும் உயர் மட்டம் மற்ற எல்லா அதிகார வர்க்கம் போல இந்திய அரசுக்கும் அதன் வர்க்க நலன்களுக்கும் உழைப்பதாகவே உள்ளது. இது பல்வேறு வகையில் இந்தப் பிரச்சனைய சிக்கலாக்கி உள்ளது; நமது பொறுப்பை அதிகமாக்கியுள்ளது. இந்திய அரசின் மீதும் அணு ஆற்றல் துறையின் மீதும் மக்களுக்கு 1991 ஆம் ஆண்டிற்கு முன்பு இருந்த அளவில்கூட நம்பிக்கை இல்லை என்பது சரியானதுதான். நரசிம்மராவின் தலைமையில் முன்னாள் உலக வங்கி அலுவலரான மன்மோகன் சிங் மற்றும் அவரது பக்க மேளங்களான மன்டோக்சிங் அலுவாலியா, ப.சிதம்பரம் ஆகியோரின் தண்டல் நாயகம் ஆரம்பித்தபின் நிலமை முற்றிலும் புதிய கட்டத்தின அடைந்து விட்டது. இந்தியாவை எப்படியாவது இழுத்துச்சென்று அமெரிக்காவின் இளைய கூட்டாளியாக மாற்றுவது அவர்களது சித்தாந்த ரீதியான நோக்கம். அதுதான் இந்தியா உய்வதற்கான வழி என்பது அவர்களது வறட்டு நம்பிக்கை. இந்தஅணுகுமுறை அமெரிக்காவிற்கும் இந்தியப் பெரு முதலாளித்துவத்திற்கும் உடன்பாடானது என்பதால் இவர்கள் அவர்களது இதயக் கனியாகவும் ஆகிவிட்டனர். இதற்கு இந்தியாவின் ஆற்றல் பாதுகாப்பு இறையாண்மை ஆகியவற்றை சமரசம் செய்யவும் அவர்கள் தயாராகிவிட்டனர். இந்த முயற்சியின் ஒரு பகுதிதான் 123 அணு ஒப்பந்தம். இந்த ஒப்பந்தம் கையெழுத்தானால் இந்தியாவிற்கு அணு ஆற்றல்பொருள் வளம்கொண்ட நாடுகள் எல்லாம் ரத்தினக் கம்பளம் விரிப்பார்கள் என்றெல்லாம் வாய்கிழிய நுரைதள்ள பேசிய பேச்செல்லாம் இன்று காற்றோடு போய்விட்டதை நாடு அறியும். ஆனால் இன்னும் அதிகமாக அமெரிக்க ஐரோப்பிய நலன்களுக்கு சாமரம் வீசி அவர்களது நம்பிக்கைக்குரிய பங்களியாகவே முயற்சிக்கின்றனர். இந்தியா என்பது மேற்குலகைப் பொறுத்தவரை ஒரு பெரியசந்தை; மற்றும் சீனாவிற்கு எதிராக பயன்படக்கூடிய ஆயுதம். இந்தியா தன்னிறைவு அடைய உதவுவது என்பது அவர்களுக்குத் தற்கொலைக்குச் சமம். அதனை அவர்கள் எப்போதும் செய்யப்போவதில்லை. ஆனால் இந்திய அரசும் இந்தியப் பெரு முதலாளித்துவமும் வேறு எந்த வழிமுறையையும் பின்பற்ற முடியாது. ஏனென்றால் நீண்டகால நோக்கில் அது அமெரிக்க முதலாளித்துவத்திற்கு மட்டுமல்ல இந்தியப் பெரு முதலாளித்துவத்தின் நலனுக்கும் உகந்ததல்ல. எனவே அரசு அணு ஆற்றல் விவகாரத்தில் உண்மை பேசுவதை நிறுத்திப் பலகாலம் ஆகிவிட்டது. அணு ஆற்றல் துறையின் உயர்மட்டத் தலைமையும் அரசின் பக்கமேளமாக மாறிப்போனது.

இந்தக் காரணங்களால் இந்தியாவின் நலன்களுக்கு சற்றும் பொருந்தாத ஜெய்த்தாப்பூர் அணுமின் திட்டை நியாயப் படுத்துகின்றனர். அதனை ஜவஹர்லால் நேருவும் ஹோமி பாபாவும் வகுத்தளித்த மூன்றுகட்ட அணு ஆற்றல் திட்டத்தின் அடிப்படையில் நியாயப்படுத்த முடியாது. ஏனென்றால் அந்த திட்டத்திற்குள் அது பொருந்தாது. எனவே மிகவும் நகைப்புக்கிடமாக இந்தியாவின் மின்னாற்றல் பற்றாக்குறையைச் சமாளிக்க இது அவசியம் என்று சொல்கின்றனர். அணுஆற்றல் துறையின் வல்லுனர்களுக்கு இது தவறு என்பது நன்கு தெரியும்.ஆனால் ககோட்கர் போன்றோர் இதற்குப் பின் பாட்டுப் பாடினர். கூடங்குளத்தில் எதிர்ப்பு வலுத்த போதும் அவர்கள் இந்த மோசமான அணுமுறையையே பின்பற்றினார்கள். ஏற்கனவே இந்திய அரசுத் துறைகளின் தடித்தோல் குறித்த தங்கள் அனுபவத்தினை மக்கள் அணுஆற்றல் துறைக்கும் விஸ்தரித்தார்கள். அவர்கள் எண்ணம் சரிதான் என்பதுபோல அரசும் அணுஆற்றல் துறையும் நடந்துகொள்கின்றன. அடிப்படையில் ஒரு விண்ணூர்திப் பொறியாளரும் அறிவியல் நிர்வாகியுமான முன்னாள் குடியரசுத் தலைவர் மேதகு அப்துல் கலாம் அவர்களுக்கு இருந்த 'விஞ்ஞானி' எனும் பிம்பத்தையும் மக்களில் பரவலான பகுதியினர் மத்தியில் அவருக்கு இருந்த மதிப்பையும் பயன்படுத்த முனைந்தது. ஹிந்து பத்திரிகையில் அவர் எழுதிய முழுப் பக்க கட்டுரையில் 'ஹோமி பாபா' என்ற பெயரையோ 'மூன்று கட்ட அணு ஆற்றல் திட்டம்' என்பதையோ அவர் மறந்தும் கூட குறிப்பிடவில்லை. அரசு தன் தலையில் ஏற்றிக்கொண்டுள்ள வறட்டுவாத சித்தாந்தங்கள், நியாயப்படுத்த முடியாத ஜெய்த்தாப்பூர் மற்றும் அது போன்ற பிற திட்டங்கள் காரணமாக அணு ஆற்றல் என்பது இன்னும் முப்பது ஆண்டுகளுக்குப் பின்னால் ஏற்படப் போகும் நிலையைச் சமாளிக்க எனும் உண்மையைச் சொல்லத் தயாரில்லை. உடனடிப் பயன் ஏதுமில்லை என்பதல்ல வாதம். அது ஒரு சிறு உடன்விளைவுதான். படிம எரிபொருள் இல்லாத நிலைக்கான பதிலே நமது மூன்று கட்ட திட்டம் என்பதை உரத்துச் சொல்ல அவர்கள் மறுக்கின்றனர்.

அணு ஆற்றல் பூங்காக்கள்

சீர்திருத்தம் எனும் நல்ல பதத்தை பணமூட்டைகளுக்கு சேவை செய்வதற்கான சட்டச் சலுகைகளுக்கு வழங்குவது போல பூங்கா எனும் பெயரை இந்திய நாட்டின் நலனுக்கு சற்றும் பொருந்தாத அந்நிய உலைகளினால் ஆன அணுமின் நிலையங்களுக்கு அரசு வழங்கி அதற்காக முழு மூச்சாகப் பணியாற்றி வருகின்றது. இது அமெரிக்காவுடன் செய்துகொண்ட 123 ஒப்பந்தத்தின் படி

பன்னாட்டு நிறுவங்களுக்கு ரத்தினக் கம்பளம் விரித்து இந்தியாவை நிரந்தரமாக அமெரிக்காவின் தொங்கு சதையாக மாற்றுவதற்கு அரசு செய்யும் முயற்சியாகும். இதன்படி அரசு திட்டமிட்டுள்ள 'பூங்காக்கள்' என்னவென்று பாருங்கள்.

1. **கூடங்குளம் தமிழகம் :** மேலும் 6 அணு உலைகள் ஒவ்வொன்றும் 1000 மெகாவாட். இது ரஷ்யாவின் ஆட்டம்ஸ்ட்ரோய் எக்ஸ்போர்ட் நிறுவனத்திற்கு தாரைவார்ப்பு.

2. **ஜெய்த்தாப்பூர் மஹாராஷ்ட்ரா :** 6 அணு உலைகள் ஒவ்வொன்றும் 1650 மெகாவாட். இது ஃபிரான்சின் அரீவா நிறுவனத்திற்கு.

3. **ஹரிப்பூர் மே.வங்கம் :** 4 அணு உலைகள் ஒவ்வொன்றும் 1000 மெகாவாட். இதுவும் ரஷ்யாவின் ஆட்டம்ஸ்ட்ரோய் எக்ஸ்போர்ட் நிறுவனத்திற்கு தாரைவார்ப்பு.

4. **சாயா மிதிவிர்த்தி குஜராத் :** 6 அணு உலைகள் ஒவ்வொன்றும் 1100 மெகாவாட். இது அமெரிக்காவின் வெஸ்டிங்ஹவுஸ் நிறுவனத்திற்கு.

5. **கொவ்வாடா ஆந்திரா :** 6 அணு உலைகள் ஒவ்வொன்றும் 1350 மெகாவாட். இது அமெரிக்காவின் G.E, நிறுவனத்திற்கு.

G.E, வெஸ்டிங்ஹவுஸ் அணு உலைகளும் ஜெய்த்தாப்பூரின் அரீவா உலைகள் போல இந்திய உலைகளை விட பல மடங்கு அதிகமான விலை கொண்டவை. ஜெய்த்தாப்பூர் போலவே இந்தியாவின் மூன்றுகட்ட அணுஆற்றல் திட்டத்திற்குள் பொருந்தாதவை. இந்த அமெரிக்க நிறுவனங்கள், அமெரிக்காவில் 1979 ஆம் ஆண்டிற்குப் பின்னர் ஒரு உலையைக் கட்டிய அனுபவம் கூட இல்லாதவை. இவற்றை எல்லாம் நியாயப்படுத்த வேண்டியிருப்பதால்தான் மூன்றுகட்ட அணு ஆற்றல் திட்டம் பற்றியெல்லாம் பேசாமல் வஞ்சகமாக அணு ஆற்றல் ஏதோ உடனடி பற்றாக்குறைக்கான தீர்வுபோல பேசி வருகின்றது. அதிலும் குறிப்பாக அணுஉலைகளில் விபத்து நிகழ்ந்தால் இந்தப் பன்னாட்டு நிறுவனங்கள் முழுமையான இழப்பீடு தரவேண்டியதில்லை என்று 'அணுஆற்றல் இழப்பீடு சட்டம்' என்ற பெயரில் சலுகை அளித்து, எந்தவித சந்தை விதிகளும் பின்பற்றப்படாமல், டெண்டர் கோரப்படாமல் தனது சொந்த சம்பாத்தியத்தில் சேர்த்த சொத்தை தனக்கு விருப்பப்பட்டவருக்கு எழுதிவைப்பது போல மனம்போன போக்கில் இந்திய மக்களின் பல நூற்றாண்டு எதிர்கால வாழ்க்கையை படையல் போட்டுள்ளது. இதுபோன்ற செயல்களைச் செய்யும் அரசையும் அணுஆற்றல் துறையையும் மக்கள்விரோத அமைப்புகளாக அல்லாது வேறு எவ்வாறு எதிர்கொள்வது?

அணு ஆற்றல் ஒழுங்கமைப்பு வாரியம்

இந்திய அரசின் அமெரிக்க ஆதரவு வறட்டுச் சித்தாந்தத்தின் காரணமாகத்தான் புதிய நிலைமைகளை அரசும் அணுஆற்றல் துறையும் கணக்கில் எடுத்துக்கொள்ள மறுக்கின்றது. 1994 ஆம் ஆண்டு சர்வதேச அணு ஆற்றல் பாதுகாப்பு மாநாட்டின் முடிவுப்படி அணு ஆற்றல் ஒழுங்கமைப்பு வாரியத்தை சட்டப்படி சுயேட்சையான அமைப்பாக நிறுவவேண்டிய கடமை அரசுக்கு இருந்தது. இந்தியாவும் இந்த முடிவுக்கு கையொப்பம் இட்ட நாடுதான். ஆனால் கையொப்பம் இட்டு 18 ஆண்டுகள் கடந்த பின்னும் AERB எனும் அணுஆற்றல் ஒழுங்கமைப்பு வாரியம், அணுஆற்றல் ஆணையத்திற்கு கீழே அவர்களது விருப்பு வெறுப்புக்கு ஏற்றவாறுதான் செயல்பட வேண்டிய நிலை இருக்கின்றது. மத்திய அரசின் அணுஆற்றல் துறையின் செயலாளர்தான் அணுஆற்றல் ஆணையத்திற்கும் தலைவர். எனவே இந்திய அணுமின் நிலையங்கள் குறித்து AERB அளிக்கும் நற்சான்றிதழ்களுக்கு எந்த நம்பகத் தன்மையும் இல்லாது போய்விட்டது. AERB யின் முன்னால் தலைவரும் ஜெய்த்தாப்பூர், அமெரிக்க 123 ஒப்பந்தம் ஆகியவற்றில் இந்திய நலனுக்காக அரசுக்கு எதிர்க்குரல் அளிக்கத் தயங்காதவருமான ஏ.கோபாலகிருஷ்ணன் ஃபிரன்ட்லைன் இதழுக்கு அளித்த பேட்டியில் சில முக்கியமான கருத்துகளைக் காண்போம்.

இந்திய அணுஆற்றல் நிறுவனங்களின் பாதுகாப்பு ஏற்பாடுகள் சர்வதேசத் தர அளவுகளோடு ஒப்பிடுகையில் மிகவும் கீழான நிலையில் இருக்கின்றன. ஏ.கோபாலகிருஷ்னன் (முன்னாள் பெருந்தலைவர் அணு ஆற்றல் ஒழுங்கமைப்பு வாரியம்)

Dr. ஏ.கோபாலகிருஷ்ணன் கூறுகின்றார்... (ஃப்ரண்ட்லைன்- Vol. 16 :: No. 06 :: Mar. 13 - 26, 1999)

* இந்திய அணுமின் நிலையங்களின் நிலைய பயன்பாட்டு அளவீடு (PLF) மிகக்குறைவு (இந்தியா : 37%; சர்வதேச சராசரி : 60% க்கும் மேல்)

* பாதுகாப்பு வரலாறு மிகவும் மோசம். மிகவும் அதிகமான மானுடத்தவறுகள், எந்திரக் கோளாறுகள் பதிவாகியுள்ளன.

தாராப்பூர்

* தாராப்பூர் அணுஉலைகள் 1969ஆம் ஆண்டு நிறுவப்பட்டவை. உலகில் அப்போது நிறுவப்பட்ட ஏனைய உலைகள் அனைத்தும் நிறுத்தப்பட்டுவிட்டன.

* இரண்டு அணு உலைகளுக்கும் பொதுவாக ஒரே ஒரு அவசரகால குளிர்விப்பு அமைப்புதான் உள்ளது.

- பொது மக்களின் பாதுகாப்பு கருதி என்றோ நிறுத்தப்பட்டிருக்க வேண்டும்.

ராஜஸ்தான் (RAPS)

- மோசமான அணுஉலை மூடிகள்..., தவறான உலோகத் தேர்வு

- எரிபொருள் குழாயும் தவறான உலோகத் தேர்வு... உலகெங்கும் மாற்றப்பட்டு விட்டது

- போதுமான அளவிலான அவசரகால குளிர்விப்பு அமைப்பு இல்லை

- மையக் கட்டமைப்பு உருகி ஒடுவது நிகழலாம்...

- உலகில் எந்தவொரு உலையும் இதுபோன்ற மோசமான குளிர்விப்பு அமைப்புக் கொண்டதல்ல

கல்பாக்கம் (MAPS)

- மேலே சொன்ன அனைத்துக் கோளாறுகளும் உள்ளன

- மோசமான மட்டுறுத்திக் குழாய்.. இருமுறை உடைந்து உள்ளது. கனடாவின் அறிவுரைப்படி நிறுவப்படவில்லை.

- மிக மோசமான பாதுகாப்பு நிலை.. சென்னை போன்ற பெரு நகருக்கு அருகே இப்படி ஒரு உலை உலகில் வேறு எங்கும் சாத்தியமில்லை.

பாபா அணு ஆய்வு மையம் (BARC)

- எல்லா அணுமின் நிலையங்களையும் விட மோசமான பாதுகாப்பு நிலை.

- தொழிலாளி உலைக்கு கீழேயுள்ள அறையின் உள்ளே இருக்கும்போதே அணு உலையை இயக்க ஆரம்பித்த வரலாறு கூட உள்ளது.

- துருவா அணுஉலை ஒருமாதகாலம் ஆபத்துக்கால குளிர்விப்பான் துண்டிக்கப்பட்ட நிலையில் (Valve Fully closed) இயக்கப்பட்ட வரலாறு உண்டு.

ஏனைய DAE வளாகங்கள்

- மிகவும் மோசமான நிலை

- ஜாதுகுடா யுரேனியம் சுரங்கம், ஹைதராபாத் எரிபொருள் மையம் ஆகியவற்றில் தொழிலாளர்களுக்கு கதிர்வீச்சிலிருந்து போதுமான பாதுகாப்பு இல்லை.

- கதிர்வீச்சு திரவம் கொண்ட குழாய்கள், கலன்கள் தகர்ந்து அடிமண் பல டன்கள் பாழான நிகழ்வுகள் உள்ளன.

அவர் ஒன்றும் அணுஆற்றலுக்கு எதிரானவர் இல்லை. இதுதான் நிலை என்றால் புதிய அணுஉலையை இப்போதைய AERB சான்றிதழை நம்பி துவக்க அனுமதிப்பது பெரும்பகுதி மக்களின் நலன் குறித்து எடுக்கக் கூடாத அபாயகரமான முடிவாகும். AERB க்கு ஊழியர்கள் இல்லை. கதிர்வீச்சு போன்றவற்றை அளவிட வேண்டுமென்றால் கூட அதற்கு மின்நிலையங்களை இயக்கக் கூடிய இந்திய அணு மின்னாற்றல் நிறுவனத்தின் (NPCIL) ஊழியர்களையே நம்பியிருக்க வேண்டும் என்றெல்லாம் Dr.A.கோபாலகிருஷ்ணன் கூறுவதை நாம் எளிதில் புறந்தள்ள முடியாது.

சமீபத்தில் ஃபுக்குஷிமா குறித்து ஆய்வுசெய்த சுதந்திரமான சர்வதேச ஆய்வாளர் குழு, தனது அறிக்கையை ஜப்பானிய பாராளுமன்றமான டயட்டில் சமர்ப்பித்துள்ளது. இந்த குழுவின் கருத்துப்படி, ஃபுக்குஷிமா விபத்து ஒரு இயற்கை பேரிடர் விபத்து அல்ல. அது மனிதர்கள் ஏற்படுத்தியது. (Not a natural calamity but a man made disaster). ஜப்பானிய அரசு, அணுஆற்றல் துறை, ஒழுங்கமைப்பு வாரியம், மின்னிலைய இயக்கத்திற்கு பொறுப்பான நிறுவனம் எல்லோரும் ஒரு கூட்டுப்பறவைகளாக இருந்ததும், ஒழுங்கமைப்பு வாரியம் சுதந்திரமான அமைப்பாக இல்லாததுமே விபத்திற்கு முழுமையான காரணம் என்பது அவர்களது முடிவு. இந்தியாவில் அதுதான் நிலை. இன்னும் பார்த்தால் தாராப்பூரில் இப்போதும் இயக்கப்பட்டுக் கொண்டிருக்கும் உலை ஃபுக்குஷிமாவில் விபத்துக்கு உள்ளான அதே வடிவமைப்புதான். இரண்டையும் அமெரிக்காவின் GE நிறுவனம்தான் அளித்தது. தாராப்பூர் உலை ஃபுக்குஷிமாவின் உலையைக் காட்டிலும் பழையது. AERB யின் முன்னாள் தலைவர் அது என்றோ நிறுத்தப்பட்டிருக்க வேண்டும் என்கிறார்.ஆனால் அரசும் அணுஆற்றல் துறையும் செவிமடுப்பதாக இல்லை.இப்போதும் அரசும் அணுஆற்றல் துறையும் பாடம் கற்றுக் கொண்டதாகத் தெரியவில்லை.

அரசு இப்போது ஒரு சுதந்திரமான அணுஆற்றல் ஒழுங்கு அமைப்பு வாரியத்திற்காக பாராளுமன்றத்தில் ஒரு சட்ட முன்வரைவை சமர்ப்பித்துள்ளது. ஆனால் அதன்படியும் பெரிய மாறுபாடு இல்லை என்பதுதான் கொடுமை. இப்போதும் அரசு நினைத்தால் அதன் தலைவர் மற்றும் உறுப்பினர்களை நியமிக்கலாம் நீக்கலாம் என பழைய கள் புதிய மொந்தையில் வருகின்றது. தேர்தல் ஆணையம் போல, தலைமைத் தணிக்கை ஆய்வாளர் போல (CAG) அணுஆற்றல் ஒழுங்கமைப்பு வாரியமும் அமைக்கப்படும் என்ற நம்பிக்கையை அரசும் அணுஆற்றல் துறையும் மீண்டும் பொய்ப்பித்துள்ளன.

அணு ஆற்றல் எதிர்ப்பாளர்கள்

அணு ஆற்றலுக்கு எதிராகப் போராடுவோர் அனைவரையும் ஒன்றுபோல பாவிப்பது சரியல்ல. அணுஆற்றல் என்பதே மானுட விரோதம் என நம்புவோர் உலகெங்கும் இருக்கின்றனர். கூடங்குளத்திலும் இருக்கின்றனர். இவர்கள்தாம் பெரும்பான்மையாக இருப்பதாகத்தான் ஐயுற வேண்டியுள்ளது. இவர்களில் யார் உண்மையிலேயே அப்படி நம்புகின்றவர்கள். யார் வேறு உள்நோக்கத்துடன் அப்படி தோற்றம் எடுக்கின்றனர் என்பது தெரியாது. போராடுபவர்கள் எல்லாம் உள்நோக்கம் கொண்டவர்கள் என நாம் கருதினால் அதனைக் காட்டிலும் அறிவின்மை ஏதுமில்லை. ஆனால் போராடுவோர் அதற்குத் தலைமை தாங்குவோர் யாருக்கும் உள்நோக்கம் இல்லை எனக் கருதினால் அதனைக் காட்டிலும் ஏமாளித்தனம் ஏதுமில்லை. உலகெங்கும் அப்பாவி முயல்களோடு அப்பாவி முயல்களாக ஓடிக்கொண்டு வேட்டை நாய்களோடு வேட்டை நாய்களாக வேட்டையும் ஆடுவதுதான் ஏகாதிபத்தியத்தின் பாணி. அது கூடங்குளத்தில் இல்லாது போனால்தான் வியப்பளிக்க வேண்டும். அரசு அதன்வசம் சான்றுகள் இருந்தால் அதனை வெளியிட்டு வெளிச்சமிட வேண்டும். அதுவல்லாது வெறுமனே அதுபோன்ற பிரச்சாரம் செய்வது நியாயமான எதிர்ப்புப் போராட்டத்தில் ஈடுபட்டிருப்போரையும் தலைமை தாங்குவோரையும் அவதூறு செய்து போராட்டத்தை முடக்கும் முயற்சியாகவே கொள்ளப்படும். அரசின் ஏனைய அடக்குமுறைகளும் பொய் வழக்குகளும் எந்தவொரு ஜனநாயக எண்ணம் கொண்டோரும் ஆதரிக்க இயலாதவை. எதிர்ப்பாளர் பிரச்சாரம் செய்யும் அறிவியலுக்கு மாறான கருத்துகள், போலி அறிவியல் கருத்துகள், இவர்களில் பெரும்பகுதியினர் மாற்றுக் கருத்துகள் குறித்துக் காட்டும் சகிப்பின்மை என்பதெல்லாம் உண்மையே. ஆனால் அவையெல்லாம் அரசு அடக்குமுறைகளுக்கும், நியாயமான எதிர்ப்பை பொருட்படுத்தாது மின்னிலைய உற்பத்தியைத் துவக்க அரசு எடுக்கும் நடவடிக்கைகளையும் நியாயப் படுத்திவிடாது. அணுஆற்றல் இன்றியமையாதது எனக் கருதுவோர்கூட அரசின் போக்கை ஆதரிக்கவியலாது. உண்மை என்னவென்றால் இருபுறமும் இந்தியாவின் நீண்டகால ஆற்றல் பாதுகாப்பு, தொழில் வளர்ச்சி, மானுட வள வளர்ச்சி என்பவற்றைப் பாதிப்பதும் ஏகாதிபத்தியத்திற்கும் அதனது இளைய கூட்டாளிகளான ஐரோப்பிய ஆதிக்க சக்திகளுக்கும் சேவை செய்வதுமான கோட்பாடுகளும் நடைமுறைகளும் உள்ளன. உழைக்கும் மக்களின் நீண்டகால நலனில் அக்கறை கொண்டவர்கள் இந்த இரு பகுதியில் எது ஒன்றிலும் தம்மைக் கரைத்துக் கொண்டுவிட முடியாது. ஒரு முதலாளித்துவ

சமூகத்தில் வளர்ச்சி என்பது முதன்மையாக முதலாளித்துவத்திற்கு பயனளிப்பதாகவே இருக்கும். ஆனாலும் நீண்டகால நோக்கில் இதுவே உழைப்பாளி மக்களுக்கு பயனளிப்பதாகும் என்பதே எதார்த்தம். அதுவே மாமேதை மார்க்சின் கருத்தும் ஆகும். எனவே மக்கள் நலன் சார்பானதும் அறிவியல் பூர்வமான கோரிக்கைகள் என பின்வருவனவற்றை நாம் வகுக்கலாம்.

அறிவியல் பூர்வமானதும் மக்கள் நலன் பேணுவதுமான கோரிக்கைகள்

- எல்லா வகையான மின்னாற்றலும் தேவை
- மக்கள் பாதுகாப்பு உத்தரவாதம் முதல் தேவை
- காற்றாலை, சூரிய மின்னுற்பத்தி குறித்த ஆய்வுகளுக்கு அதிக ஆதரவு தேவை
- மாற்று உருவாகும்வரை அணுஆற்றல் தேவை
- மூன்றுகட்ட அணு ஆற்றல் திட்டம் தேவை
- அதற்குப் பொருத்தமான அணு உலைகள் மட்டுமே தேவை
- தன்னாட்சி பெற்ற ஒழுங்குமுறை வாரியம் தேவை
- சூழல் பாதிப்புகள், உலைப் பாதுகாப்பு ஆய்வுகளில் மக்கள் பிரதிநிதிகளுக்கு இடம் தேவை
- அவர்கள் முன்னிலையிலான தொடர் அளவீடுகள், கண்காணிப்புகள் தேவை
- அந்நிய அணு ஆற்றல் ஒப்பந்தங்களுக்கு பாராளுமன்ற ஒப்புதல் தேவை
- இவை உறுதி செய்யப்படும் வரை புதிய அணு உலைகளின் இயக்கம், கட்டுமானம் ஆகியவற்றின் ஒத்திவைப்பு தேவை